उद्रेक

(कवितासंग्रह)

शरणकुमार लिंबाळे

दिलीपराज प्रकाशन प्रा. लि.

२५१ क, शनिवार पेठ, पुणे - ४११ ०३०.

उद्रेक/ Udrek (Poetry)

ISBN : 978 - 81 - 7294 - 657 - 9

प्रकाशक । राजीव दत्तात्रय बर्वे । मॅनेजिंग डायरेक्टर ।
दिलीपराज प्रकाशन प्रा. लि. । २५१ क, शनिवार पेठ । पुणे ४११०३०.
दूरध्वनी क्रमांक (फॅक्ससहित)
२४४७१७२३ । २४४८३९९५ । २४४९५३१४
Email - diliprajprakashan@yahoo.in
Web - www.diliprajprakashan.in

© सौ. कुसुम शरणकुमार लिंबाळे

लेखक
शरणकुमार लिंबाळे
सुयोगकुंज । समर्थनगर,
नवी सांगवी । पुणे ४११०२७.
sharankumarlimbale@yahoo.com

मुद्रक । Repro India Ltd,
Mumbai.

द्वितीयावृत्ती । ६ डिसेंबर २०१४

प्रकाशन क्रमांक । १६२५

अक्षरजुळणी । सौ. मधुमिता राजीव बर्वे
पितृछाया मुद्रणालय । ९०९, रविवार पेठ । पुणे ४११००२.

मुखपृष्ठ । भ. मा. परसावळे

रेखाटने । भ. मा. परसावळे / शिरीष घाटे

नामदेव ढसाळ
आणि
मलिका अमर शेख
ह्या दीघांना

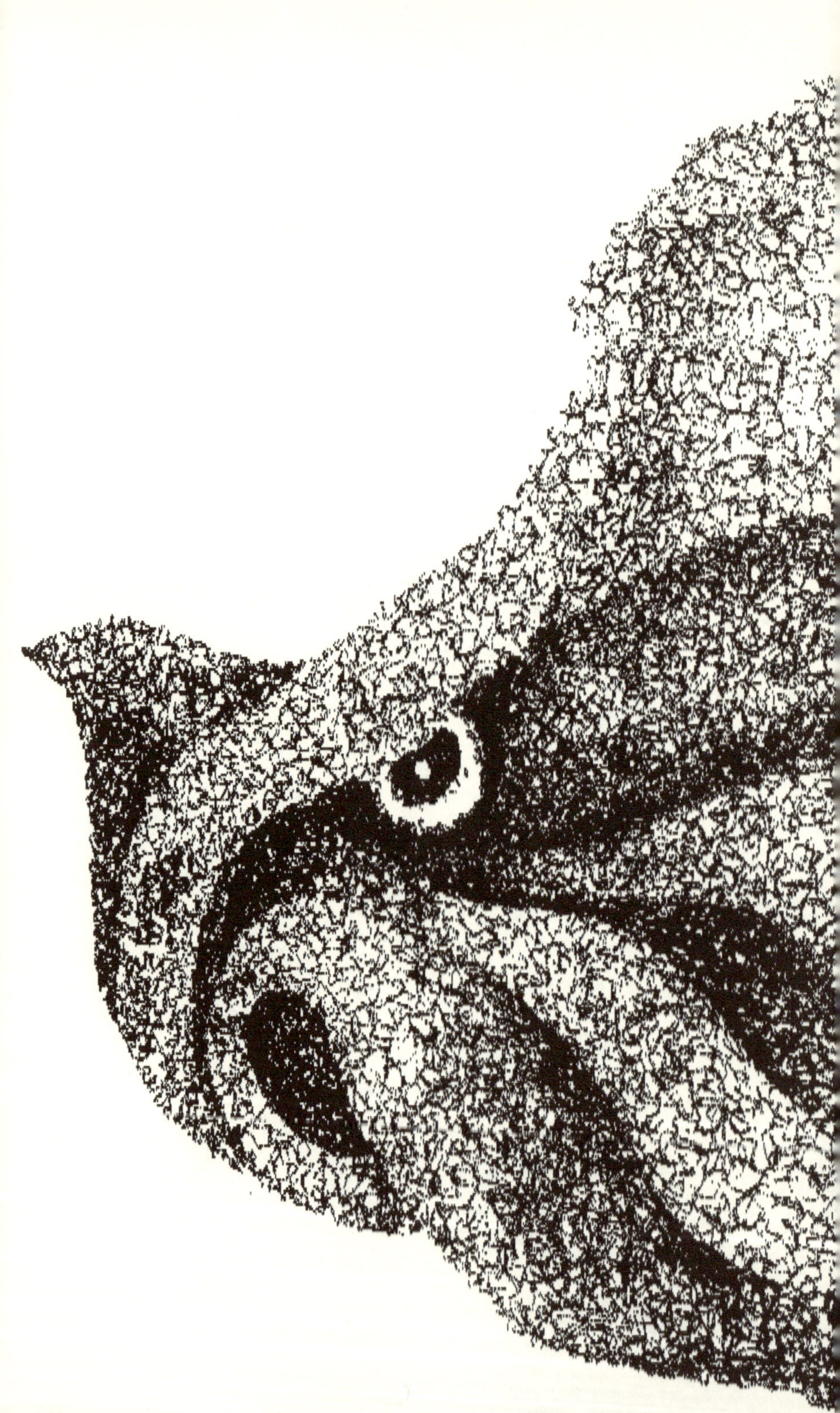

प्रस्तावना

कविवर्य शरणकुमार लिंबाळे यांच्या 'उद्रेक' या कवितासंग्रहाला प्रस्तावना लिहिणे ही माझ्यासाठी अपार गौरवाची बाब आहे. हा वादळी उद्रेक ज्वालामुखीचा असला तरी तो केवळ उद्रेकासाठी उद्रेक नाही. माणुसकीच्या सुंदर आणि पारदर्शी प्रस्थापनेसाठी तळमळणारे एक तृषाक्रांत प्रज्ञानी मन या उद्रेकामागे उभे आहे. ज्वालामुखीच्या या लाल-काळ्या लोंढ्यांच्या मस्तकांवर मला बुद्धाच्या सर्जनशील स्मिताच्या कोट्यावधी मेणबत्त्यांचे तारांगण फुललेले दिसते. हा उद्रेक मूलत: मला विद्रोहाचेच प्रतिरूप वाटतो. तो माणसाला कुरूप करणाऱ्या यंत्रणांवर आग ओततो आणि माणसाला सुसन्मानित करणाऱ्या प्रयत्नांच्या मार्गात तो चांदण्याची फुलझाडे लावतो. हा उद्रेक माणुसकीच्या मार्गातील हटवादी अडथळ्यांना क्रांतिवीराच्या आवेशाने उडवून देणाऱ्या स्फोटांचे कार्य करतो. अस्वस्थ उरातील संतप्त आगीचा हा धगधगता उद्रेक आहे. गुलामीला सरणात झोकणाऱ्या आंबेडकरप्रेरणेचा तो ज्वलंत उद्रेक आहे. डॉ. बाबासाहेब आंबेकडकरांच्या स्पर्शाने पेटलेल्या चवदार तळ्यातून शरणकुमार लिंबाळेंनी हा उद्रेक स्वत:त भरून घेतला आहे. कवीच्या शब्दात सांगायचे तर उद्रेकमधली कविता ही स्वत:च एक 'बॉम्ब स्फोटाचे सत्र आहे' पण या सत्राचे रूपांतर करूणामयी मानवी जीवनाच्या अक्षय पौर्णिमेत व्हावे असा कवीचा मनोरम ध्यासही या कवितासंग्रहातून व्यक्त होतो आहे. शरणकुमार लिंबाळेंच्या मनातील आणि कवितेतील या ध्यासाला मी अंत:करणपूर्वक धन्यवाद देतो. या कवितासंग्रहातील उद्रेकाला आणि या ज्वलंत उद्रेकाच्या तेवढ्याच प्रज्ञानी ध्यासाला माझ्या प्रस्तावनेची सोबत असावी असे शरणकुमार लिंबाळेंना वाटले ही माझ्यासाठी अत्यंत गौरवाची बाब आहे. उद्रेक या कवितासंग्रहाच्या प्रकाशनाच्या निमित्ताने मी त्यांचे हार्दिक अभिनंदन करतो. माझी प्रस्तावना उद्रेकाला घेण्याचा उदंड निर्भयपणा त्यांनी व्यक्त केला त्याबद्दल त्यांना मनापासून धन्यवाद देतो. त्यांनाही आणि त्यांच्या कवितेलाही पुढील तेज:पुंज वाटचालीसाठी संपूर्ण पिसारलेल्या काळजाने सदिच्छा देतो.

धम्मं सरणं साहित्यिक शरणकुमार लिंबाळे :

शरणकुमार लिंबाळेंचा जन्म धम्मक्रांतीच्या वर्षात झाला. डॉ. बाबासाहेब आंबेडकरांनी

धम्म स्वीकार केला त्यादिवशी शरणकुमारचे वय चार महिने चौदा दिवस एवढे होते. नागपूरच्या दीक्षाभूमीवर चौदा ऑक्टोबर १९५६ रोजी डॉ. बाबासाहेब आंबेडकरांनी इतिहास घडविणारे शब्द उच्चारले. 'धम्म सरणं...' असे ते शब्द होते. साडेचार महिन्यांच्या शरणकुमारने हे शब्द जीवाचा कान करून ऐकले असावेत. याचवेळी त्यांनी बावीस प्रतिज्ञाही ग्रहण केल्या असाव्यात आणि धम्मदीक्षाही घेतली असावी. हे मला वाटते याचे कारण आहे शरणकुमार लिंबाळेंचे पुढले झगमगते आयुष्य! डॉ. बाबासाहेब आंबेकडरांच्या बोटांपुढली दिशाच त्यांनी पुढे प्रमाण मानली. या दिशेच्या काखेत कधी झोळी दिली नाही आणि प्रतिक्रांतीवाद्यांच्या नोटांच्या अंगणात रांगोळी काढण्याची नामुष्कीची पाळी तिच्यावर आणली नाही. शरणकुमार लिंबाळेंच्या ताठ कण्याच्या प्रतिभेचा मला गौरव वाटतो त्याचे हे एक प्रमुख कारण आहे.

शरणकुमार लिंबाळे पक्के आंबेडकरनिष्ठ साहित्यिक आहेत. या आंबेडकरनिष्ठेला इजा पोचेल असा शब्द त्यांनी आपल्या साहित्यात कधी वापरला नाही. प्रतिक्रांतीवाद्यांच्या साहित्यक्षेत्रातील धार्मिक भूमिकेला कलावाद असे म्हटले जाते. शरणकुमार लिंबाळे या डॉ. बाबासाहेब आंबेडकरांच्या जीवनदृष्टीशी प्रतिबद्ध असलेल्या साहित्यिकाने हे स्वच्छपणे ओळखले होते म्हणून या साहित्यिकाने कलावाद या साहित्यक्षेत्रातील फॅसिझमला कायम कडाडून विरोध केला.

शरणकुमार लिंबाळेंनी वाचन भरपूरच केले पण त्यांनी अत्यंत बारकाईने वाचली ती शोषणयंत्रणा! या शोषणयंत्रणेचे अनेकांच्याही लक्षात न येणारे जटिल मानसशास्त्र शरणकुमार लिंबाळेंनी आपली सर्व बौद्धिक शक्ती एकवटून वाचले आणि नीट समजावून घेतले. त्यांच्या पुस्तकांची नावे जरी आपण वाचली तरी त्यांनी केलेले शोषणयंत्रणेचे आकलन आपल्या लक्षात येते. या शोषणयंत्रणेचे सामर्थ्य कोणकोणत्या वैशिष्ट्यांमध्ये आहे आणि नेमका कुठे मारा केला तर शोषणयंत्रणा मरते याचे नेमके भान शरणकुमार लिंबाळेंना आहे. म्हणून अनेक साहित्यिकांप्रमाणे शरणकुमार लिंबाळे केवळ शब्दांनी लिहीत नाहीत तर ते डोक्याने लिहितात म्हणून, त्यांचा प्रत्येक शब्द त्यांच्या जीवनदृष्टीचे, त्यांच्या व्हिजनचे प्रतिनिधित्व करतो असे मला वाटते.

शरणकुमार लिंबाळेंच्या कवितेत नकार आहेच पण तो केवळ नकारासाठी नाही. या कवितेत होकार होऊन येणारा पर्याय आहे. शरणकुमार लिंबाळेंचा विद्रोह एकाक्ष नाही असे मी म्हणतो त्याचे हे कारण आहे. जाळायचे काय आणि जपायचे काय याचे पक्के भान या प्रज्ञावंत कवीला आहे. धरणीकंप व्हावा असे कवीला मनापासून वाटते. पण या धरणीकंपात कशाकशाचा विध्वंस व्हावा आणि नंतर

जमिनीतून काय काय उगवावे याची यादी 'उत्पात' या कवितेत शरणकुमारांनी दिलेली आहे. ती पाहण्यासारखी आहे. शरणकुमार लिंबाळेंच्या कवितेतील विद्रोह कशासाठी? विद्रोह म्हणजे काय? निर्मूलन कशाचे व्हावे आणि नवनिर्माण कशाचे व्हावे?

या सर्व प्रश्नांची उत्तरे आपणास या कवितेत मिळतात. शरणकुमार लिंबाळे म्हणतात—
"धरणीकंप व्हावा.
महारवाडे, मांगवाडे, ब्राह्मणवाडे...
सारे गाडून जावेत जमिनीत
अन् उगवावेत परत नव्या ठिकाणी
जुनी व्यवस्था बदलून
एकमेकात मिळून मिसळून
त्या किट्ट काळोखात-
कोणाचाही वर्ग- वर्ण कळू नये
कोणी कोणाला ओळखू नये
फक्त माणसंच,
माणसं म्हणून गळ्याला पडावीत...''
हे बुद्ध म्हणतो त्या मनोरम मानवी जीवनाचेच प्रारूप आहे. ही मानवी जीवनाच्या सौंदर्याचीच मांडणी आहे. या सौंदर्यासाठी निसर्गात उत्पात व्हावा. असुंदर सर्व नष्ट व्हावे. बाभळीला गुलाबाची फुले यावीत. विषमतासंस्कृतीने तयार केलेल्या शब्दांच्या व्याख्या बदलाव्यात. माणसे, पंथ, धर्मपरंपरा आणि ग्रंथ समूळ बदलून यावेत आणि याच कवितेच्या शेवटी शरणकुमार लिंबाळे म्हणतात—
"मंदिरं दिसो नयेत
धर्मग्रंथांची अक्षरे दिसो नयेत
माणसाचा लखख प्रकाश पडावा
अन् माणसंच,
माणसं म्हणून गळ्याला पडावीत.''
कवी शरणकुमार लिंबाळेंना इथल्या विषमतासंस्कृतीचा असंख्य लोकांचे खांडववन करणारा अमानुष खेळ कळलेला आहे आणि या खेळामुळे इथल्या माणुसकीची आणि मानवी कर्तृत्वांची कशी नासाडी झालेली आहे तेही कळलेले आहे. मानवी समाजासंबंधी शरणकुमार लिंबाळेंनी एक अत्यंत सुंदर आदर्श आपल्या डोळ्यांपुढे

ठेवलेला आहे. हा आदर्श त्यांना परत बुद्धाने आणि डॉ. बाबासाहेब आंबेडकरांनीच दिलेला आहे. या आदर्शाचे नाव आहे आदिम सांस्कृतिक समाजवाद! या समाजवादामध्ये विघटनाची कोणती प्रतीके नाहीत. त्यात विविधतेचे लावण्य असले तरी विरोधाचे काटे नाहीत आणि परस्परांना परस्परांपासून तोडणाऱ्या भिंती नाहीत. संपूर्ण आणि सम्यक माणसांचा समाज शरणकुमार लिंबाळेंना अभिप्रेत आहे. जात होण्यापूर्वीचा, धर्म होण्यापूर्वीचा, वर्ग होण्यापूर्वीचा आणि लैंगिक भेदांचे काटे होण्यापूर्वीचा किंवा या सर्वांच्या अतीत असा माणसांचा समाज शरणकुमार लिंबाळेंना अभिप्रेत आहे. माणसाचे वियुक्तिकरण न झालेला वा एलिनेशन न झालेला म्हणजे एकसंध मन असलेला माणूस शरणकुमार लिंबाळेंना हवा आहे.

विघटनशील संस्कृतीने मुळात एकसंध असलेल्या माणसाचे इतक्या पातळ्यांवर विभाजन केले आहे, त्याचे इतके तुकडे केले आहेत की हे सर्व तुकडे विसर्जित करून त्यातून माणसाचे एकसंध शिल्प घडविणे सोपे नाही पण हे शिल्प घडविण्याला पर्यायही नाही. शरणकुमार लिंबाळेंनी आपल्या कवितेत या पर्यायाचे स्वप्न पाहिलेले आहे त्याची नोंद करणे मला अत्यावश्यक वाटते.

इथेच एका गोष्टीचा निर्देश करणे मला आवश्यक वाटते. शिव्या देण्यासाठी मोठ्या अभ्यासाची गरज नसते. शिव्या देण्यासाठी संस्कृतीची आणि सभ्यतेची तर अजिबात गरज नसते. शरणकुमार लिंबाळेंना हे चांगले माहीत आहे की शोषणयंत्रणा शिव्यांनी हतबल होत नाही. शिव्यांनी ती मरतही नाही. समर्थ, सर्जनशील, गतिमान आणि विधायक पर्याय उभा केला की शोषणयंत्रणा स्वत:च आपला प्राण सोडते. तिचा प्राण घेण्याची वेगळी गरजच मग उरत नाही. शरणकुमार लिंबाळेंनी उद्रेकमध्ये शिव्यांची दगडफेक केली नाही. त्यांनी विषमतेच्या गडकिल्ल्यांची समीक्षा केली. तत्त्वज्ञानिक पातळीवरून शोषणावर उभ्या असलेल्या समाजरचनेला पर्याय सुचवला कारण पर्यायाचे बुलंद आव्हान उभे केले तर शोषणयंत्रणा गडगडते. हे न करणारी माणसे शिव्या देतात आणि ज्यांना शिव्या दिल्या होत्या त्यांच्या रांगेत गरज पडेल तेव्हा जाऊन उभीही राहतात. शिव्या देणाऱ्यांच्या या शिव्यांचे ओव्यात कसे रूपांतर होते त्याचे प्रात्यक्षिक शोषणयंत्रणा पाहत असते. गालातल्या गालात ही हसत असते आणि हा खेळ ती आपल्यालाही दाखवित असते. ज्यांच्या लेखनामागे निष्ठेचे आंबेडकरप्रमाणशास्त्र नसते त्यांच्या लेखनाला मग झोळीचा चेहरा प्राप्त होतो. या आपत्तीपासून लिंबाळेंचे लेखन वाचले. शरणकुमार लिंबाळेंच्या कादंबऱ्या वाचाव्यात म्हणजे मी म्हणतो त्याची प्रचिती आपल्याला येईल. शरणकुमार लिंबाळेंनी स्वत:ला, स्वत:च्या प्रतिभेच्या शीलाला जपले आहे. या कवीबद्दल मला अत्यंत आपुलकी वाटते त्याचे हे कारण आहे.

उद्रेक

इथेच एका गोष्टीचा खुलासा करण्याची गरज आहे. वर्गव्यवस्था, वर्णव्यवस्था, जातिव्यवस्था, शोषणव्यवस्था किंवा प्रस्थापितव्यवस्था असे शब्द वापरले जातात. वरीलसारख्या सर्वच ठिकाणी 'व्यवस्था' नसते. अव्यवस्थाच असते. व्यवस्था असेल तर तिला विरोध करण्याचे कारण संभवत नाही. म्हणून अशा सर्वच ठिकाणी 'व्यवस्था' या शब्दाऐवजी यंत्रणा, संस्था, रचना असे शब्द वापरावेत असे मला वाटते.

शरणकुमार लिंबाळेंच्या वाड्:मयीन वाटचालीचे एक अन्वर्थन:

अक्करमाशीने शरणकुमार लिंबाळेंना संपूर्ण मराठी साहित्यात नेले. भारतीय साहित्यात नेले आणि भारताबाहेरही नेले. अक्करमाशीने बावनकशी वाड्मयीन चेहरा दिला. मराठी वाड्मयीन संस्कृतीत शरणकुमार लिंबाळेंचे नाव ठळक अक्षरांमध्ये लिहिले गेले आणि ठळक आवाजात ते उच्चारलेही जाऊ लागले. शरणकुमार लिंबाळे हे नाव मराठी साहित्यामध्ये विशेषनाम गणले जाऊ लागले. मी त्यांचे या उदंड यशाबद्दल हार्दिक अभिनंदन करतो.

एक बाब मात्र मी इथे सांगायलाच हवी. ती ही की शरणकुमार लिंबाळे नावाच्या झाडाला पहिला मोहोर कवितेचा आला. त्यांच्या जळत्या प्राणाला पहिली ज्वालांची पाने कवितेची फुटली. कवितेने त्यांना त्यांच्या मनावरील संतापाचे पहाड उतरविण्यासाठी मदत केली. वणव्यात पाय भाजतानाही चांदण्याचे स्वप्न पाहण्याची ताकद प्रथम त्यांना कवितेने दिली. ते खरे म्हणजे कवितालेखनाला प्रारंभ करण्यापूर्वी जगतच नव्हते. ते कविता लिहायला लागले आणि त्यांना त्यांचे जगणे सापडले. त्यांच्या स्वत:च्याच जाणिवांच्या जळत्या जंगलातून तडफडत आणि फडफडत धावताना कवितेनेच त्यांना या तडफडण्याचे अन्वर्थन करण्याचे आणि अर्थपूर्ण जगण्याचे प्रयोजनही दिले. या संदर्भात असे म्हणायला हवे की त्यांचा एक जन्म १९५६ साली त्यांच्या आईच्या पोटी झाला आणि १९७६-७७ च्या सुमारास त्यांनी जिला जन्म दिला त्या कवितेच्या पोटी त्यांचा दुसरा जन्म झाला. हा जन्म त्यांच्या अर्थपूर्ण मानवी जगण्याचाही आरंभ होता आणि तेज:पुंज वाड्मयीन जगण्याचाही आरंभ होता.

उत्पात (१९८२) श्वेतपत्रिका (१९८९) या दोन्ही कवितासंग्रहांतील शरणकुमार लिंबाळेंमधला कवी अत्यंत तडफदार आहे आणि पराकोटीचे धगधगतेपणही त्याच्यात आहे. या दोन्ही कवितासंग्रहांमध्ये पराकोटीची अस्वस्थता आहे. ''सामाजिक वास्तवानं मला कधीच सुखानं जगू दिलं नाही. प्रियेच्या ओठांजवळ असतानाही मला आरोळ्या ऐकू येतात, आक्रोश ऐकू येतो... मला सदैव सांस्कृतिक सूडाची स्वप्नं पडतात. मी अत्याचार करणाऱ्यांचा गळा दाबत असतो. स्त्रियांवर जुलूम करणाऱ्यांचा खून

करीत असतो, माणसाचं माणूसपण नाकारणाऱ्यांचे डोळे फोडत असतो. या अन्याय-अत्याचारांकडे दुर्लक्ष करणाऱ्या सरकारविरोधात मी चिडून उठतो. या राष्ट्रावर संसदेची जितकी नजर आहे, या मातीवर देशभक्तांचं जितकं प्रेम आहे, त्याहीपेक्षा उदंड प्रेम मी या राष्ट्रावर करतो. माझ्या देशात घडणाऱ्या अप्रिय घटना मला अस्वस्थ करतात आणि मी लिहू लागतो एक अस्वस्थपणा. तीच माझी कविता होय.'' असे लिंबाळेंनी श्वेतपत्रिकेच्या निवेदनात म्हटले आहे आणि याच कवितासंग्रहात 'श्वेतपत्रिकेविषयी' या शीर्षकाखाली लिहिलेल्या मजकुरात त्यांनी म्हटले आहे-
''माझ्या रक्तातील असंतोषाचं शब्दरूप म्हणजे माझी कविता. कविता माझ्या त्वचेइतकी माझी आहे, तितकीच ती दडपलेल्या तळागाळातील उद्रेकाची आहे. सामाजिक न्याय-अन्यायाचा हा जाहीर पंचनामा आहे. या देशावर दीडशे वर्षे इंग्रजांची सत्ता होती; पण हजारो वर्षे अन् आजही सवर्णांची उन्मत्त सत्ता स्वैराचारानं आमच्यावर अतिक्रमण करीत आहे. याची जाणीव होणं ही आजची गरज आहे. मी ही बांधिलकी मानतो.'' एवढी पराकोटीची स्फोटकता, एवढा पराकोटीचा विद्रोह आणि दुर्मीळ वाटावी अशी धगधगती अस्वस्थता या कवीमध्ये आहे. कवीभोवतीच्या समाजवास्तवाचे अत्यंत भीषण रूप कवीला जगू देत नाही. असा हा धगधगत्या प्रतिभेचा कवी श्वेतपत्रिकेपाशी थांबायला नको होता. सामाजिक न्यायाचा आणि अन्यायाचा जाहीर पंचनामा श्वेतपत्रिकेपाशी का थांबावा? पण लिंबोळेंची कविता श्वेतपत्रिकेपाशी थांबली. शरणकुमार लिंबाळेंनी कवितालेखन थांबविणे याबद्दल कोणाला काय वाटत असेल याबद्दल मी सांगणे योग्य नव्हे पण मला मात्र या गोष्टीचे अतोनात दु:ख झाले आहे. अतोनात दु:ख होत आहे ही बाब इथे मी स्पष्टपणे नोंदविणे आवश्यक मानतो.

अक्करमाशीने (१९८४) शरणकुमार लिंबाळेंना उदंड मानमान्यता आणि लोकप्रियता मिळवून दिली आणि त्यांच्या लेखनाचा पुढचा मार्गच बदलला. १९८९ साली श्वेतपत्रिका हा कवितासंग्रह प्रकाशित झाला असला तरी अक्करमाशीनंतर त्यांच्या लेखनाचा अग्रक्रमच बदलला. कादंबरीलेखन, कथा, समीक्षा, स्वकथनपर लेखन आणि संपादने अशा लेखनावर त्यांनी आपले लक्ष केंद्रित केले. अर्थात या सर्व त्यांच्या बदललेल्या मोर्चाबद्दल त्यांचे अभिनंदन केलेच पाहिजे. पण या सर्व ललित आणि समीक्षापर लेखनात स्वत:ला झोकून देताना शरणकुमार लिंबोळेंनी कवितालेखनाचे वावर पडीक ठेवायला नको होते. कारण कविता लेखनाने त्यांना जगण्याचा सन्माननीय आरंभ दिला होता. त्यांचे वाङ्मयीन जगणे कवितेनेच सुरू केले होते.

मी त्यांच्या उपल्या, हिंदू, बहुजन या कादंबऱ्या वाचल्या आहेत. त्यांचे इतरही

लेखन मी वाचले आहे विशेषत: त्याचे कादंबरीलेखन, स्वकथनपरलेखन आणि कथालेखन वाचताना हे जाणवते की त्यांनी आपल्यातला कवी आपल्या ललितगद्यलेखनात ओतता येणे आणि तितक्याच ताकदीने तो कवितेतही ओतता येणे ही प्रक्रिया एकदमच विरोधी वा अशक्य कोटीतली प्रक्रिया नाही. खुद्द मराठीतही अशी प्रक्रिया यशस्वी करून दाखविणारी काही सन्माननीय उदाहरणे आहेत. असे सन्माननीय उदाहरण ठरण्याची वाङ्मयीन कुवत शरणकुमार लिंबाळेंमध्ये आहे म्हणून मी हे लिहितो आहे आणि श्वेतपत्रिकेपाशी त्यांनी स्वल्पविराम घेतलेला होता, पूर्णविराम घेतलेला नव्हता असे उद्याच्या महाराष्ट्राला म्हणता यावे असे मला मनापासून वाटते.

शरणकुमार लिंबाळे : एक कायम कुतूहल :

एका इतिहासदत्त सामाजिक आणि वाङ्मयीन परंपरेला पराभूत करूनच शरणकुमार लिंबाळे नावाचा विजय साकार होत असतो. शरणकुमार लिंबाळेंची जन्मकथा दु:खात न मावणारी आणि त्यांची आयुष्यकथा यातनांच्या कोणत्याही चौकटीला न झेपणारी अशीच आहे. नकारांचे हजारो काटे शरीरावर आणि काळजावर टोचले तर काय होईल? तर शरणकुमार लिंबाळेंच्या जगण्याची एक ठणकती संहिता तयार होईल! इथल्या समाजरचनेचे शरणकुमार लिंबाळेंचा कोणत्याही पातळीवरून सुखाशी संबंधच येणार नाही याची पूर्ण काळजी घेतलेली होती. मला वाटते शरणकुमार लिंबाळेंच्या रूपाने मराठी साहित्याच्या वाट्याला आणखी एक कर्ण आला. महाभारतातील कर्णाच्या तुलनेने या कर्णाच्या वाट्याला आणखी केवढे तरी भीषण आयुष्य आलेले आहे आणि तरी प्रतिक्रांतीच्या व्यूहरचनेला या कर्णाचा पराभव करता आला नाही. एखाद्या आयुष्याला हजार वणवे बांधावेत आणि मनाला केवळ जखमालय हेच नाव देता यावे असे विलक्षण आयुष्य शरणकुमार लिंबाळेंच्या वाट्याला आले. एखादा कच खाणारा माणूस असता तर हजार वेळा जीव देऊन या होरपळीतून मोकळा झाला असता. पण जन्मानेच आयुष्याला बांधलेली लढाई शरणकुमार लिंबाळेंनी समजावून घेतली आणि ही लढाई ते लढले आणि लढतही आहेत. एक प्रगाढ अस्वस्थता त्यांची संगत सोडत नाही आणि शरणकुमार लिंबाळेंनी सुरू केलेली लढाई संपत नाही. त्यांना अपार त्रास होतो. एक आरपार अस्वस्थ पक्षी आपल्या पेटत्या पंखांनी आग लागलेल्या आकाशात उडत राहावा; शोषणाच्या व्यूहरचनेला आव्हान देत राहावा आणि आपल्या पेटत्या पंखात मानवी जीवनाचे सुंदर स्वप्न फुलवित राहावा तसे आपल्या सांस्कृतिक आणि वाङ्मयीन जीवनातील शरणकुमारांचे पात्र मला वाटते. मला या नवलपूर्ण सांस्कृतिक आणि वाङ्मयीन अस्तित्वशैलीविषयी अपार कुतूहल वाटते त्याचे हे कारण आहे.

उद्रेक

शरणकुमार लिंबाळेंनी १९८२ साली त्यांनी सुरू केलेला 'उत्पात' पाठविला होता. यावेळी प्रथमच कव्हरावरील त्यांच्या फोटोची भेट झाली. या फोटोत मी एक तरणाबांड निखारा पाहिला. त्यांच्या तडफडत्या मनाने मांडलेला या कवितासंग्रहातील 'उत्पात' मी अनुभवला. त्यांच्या प्रतिभेने मला थक्क केले होते आणि त्यांच्या निर्धारफोटोने पुढे काय काय करायचे आहे तेही सांगितले होते. त्यांच्यातील चवदार तळ्याच्या पाण्याला तलवारीची धार आहे हे मला जाणवले होते. पुढे अक्करमाशीने त्यांना मराठीतले कुतूहलपूर्ण वाङ्मयीन घटित ठरवले होते. या सर्वच गोष्टींमुळे शरणकुमार लिंबाळे हे माझ्यासाठी अखंड प्रेमाचा आणि गौरवाचा विषय ठरले.

प्रमाणभाषेच्या श्रीमंत उद्यानातच ज्यांचे जन्म होतात त्यांच्यासाठी साहित्यनिर्मिती हा चार घटका मनोरंजन करण्याचा वा करवून घेण्याचा खेळ ठरत असेलही पण शरणकुमार लिंबाळेंसारख्या असंख्य जीवांची बात फार न्यारी असते. समाजात प्रतिष्ठा असलेली जात जन्मानेच ज्यांना मिळालेली असते; वाङ्मयीन परंपरा आणि भाषेची वडिलोपार्जित संपदा ज्यांना मिळालेली असते त्यांचे मुद्देच वेगळे असतात. पण शरणकुमार लिंबाळेंसारख्या लेखकांना आपले जगणे, आपली भाषा आणि आपले वाङ्मयीन व्यक्तिमत्त्व या सर्वच गोष्टी स्वत:च्या रक्ता-घामाचे मोल देऊन जन्माला घालाव्या लागतात. भोवतीच्या नकारांच्या वादळवाऱ्यात स्वत:च्या लेखनाची शैली आणि स्वत:ची वाङ्मयीन गुणवत्ता जन्माला घालावी लागते. समाजरचनेने दिलेला निर्जीव जन्म शरणकुमार लिंबाळेंना पुढे नेता येत नाही. हा जन्म सोबत नेणे म्हणजे सोबत मृत्यु नेणेच असते. म्हणूनच हा जन्म शरणकुमार लिंबाळेंना नाकारावा लागतो. विषमतेला आदर्श मानणाऱ्या समाजरचनेने दिलेल्या जन्माविरूद्ध आणि या जन्मासोबत चिकटून येणाऱ्या सामाजिक, आर्थिक, धार्मिक अशा सर्वच संदर्भांमधील क्षेत्रांविरूद्ध विद्रोह करावा लागतो. हे सर्व स्वत:च्या मनातून आणि समाजाच्या मनातून नष्ट करण्यासाठी संग्राम सुरू करावा लागतो. आयुष्याला एक संग्राम मानावे लागते आणि शरणकुमार लिंबाळेंनी असा संग्राम सुरु केला. शरणकुमार लिंबाळे हा लेखक या अहर्निश चाललेल्या संग्रामाची निर्मिती आहे.

शरणकुमार लिंबाळेंच्या घुसमुटत्या मनात डॉ. बाबासाहेब आंबेडकर प्रवेशले आणि लिंबाळेंच्या एका आग लागलेल्या जगण्याला प्रारंभ झाला. आजवरही या जगण्याचे जंगल पेटतच आहे. अजून या भावविश्वाला लागलेली आग विझतच नाही आणि विझणारही नाही.

१९८२ साली शरणकुमार लिंबाळेंचा 'उत्पात' हा पहिला कवितासंग्रह प्रकाशित झाला. सामान्यत: १९७६-७७ पासून त्यांनी लिहायला प्रारंभ केला असे आपण गृहीत धरू. डॉ. बाबासाहेब आंबेडकरांच्या क्रांतिकारी प्रेरणेने मराठीत विद्रोही

कवितेची निर्मिती व्हायला लागली होती आणि १९६५ नंतरच्या दहा-पंधरा वर्षांच्या काळात विद्रोही कवितेने स्वत:ची एक स्वतंत्र वाङ्मयीन ओळख निर्माण केली होती. डॉ. बाबासाहेब आंबेडकरांच्या प्रेरणेने मराठी कवितेत एक अपूर्व असे अग्निपर्व सुरु झाले होते. मराठी साहित्यातील प्रस्थापित मानदंड आणि कलेचे निकष प्रश्नांकित झाले होते. हे युद्ध मूलभूत पातळीवरून सुरु झाले होते आणि प्रस्थापित यंत्रणेविरुद्ध. असा ठराव मराठी मुलखाने कधी बघितला नव्हता. एक पेटते जंगल मराठी साहित्यात दाखल झाले होते. १९६८ च्या 'फक्त'च्या अंकात बाबुराव बागूलांच्या १५ कविता 'विद्रोही कविता' या शीर्षकाखाली प्रकाशित झाल्या होत्या. बाबुराव बागूल, नामदेव ढसाळ, केशव मेश्राम, दया पवार, त्र्यंबक सपकाळे, ज.वि. पवार, अर्जून डांगळे, वामन निंबाळकर अशी अनेक नवी नावे मराठी काव्यसमीक्षेत प्रथमच चर्चेत आली होती. डॉ. बाबासाहेब आंबेडकरांनी दाखविलेल्या क्रांतीच्या दिशेने विद्रोही कविता आगेकूच करायला लागली होती. मराठी कवितेच्या इतिहासात तिला विद्रोही कविता म्हणून स्वत:चा एक झगमगता, दाहक आणि मोहक चेहरा तद्वतच पेटते व्यक्तिमत्त्व प्राप्त झाले. तिला अपूर्व असे ज्वलंत वाङ्मयीन व्यक्तिमत्त्व प्राप्त झाले होते. प्रस्थापित यंत्रणेच्या विरूद्ध एवढी टोकाची भूमिका प्रथमच घेतली जात होती. मराठी समीक्षेतला हा लढा निर्णायक होता.

बुद्धाला आणि डॉ. बाबासाहेब आंबेडकरांना अभिप्रेत असलेल्या माणसाच्या निर्मितीची ज्वलंत कविता मराठीत प्रथमच लिहिली जात होती. १९७० नंतरच्या काळात शरणकुमार लिंबाळे हे अग्निपर्व बघत होते. वणव्याचे निर्मूलन करणाऱ्या चांदण्याचे दृश्य ते बघत होते. येथील समाजसंस्थेने त्यांच्या काळजाला एक चिता बांधली होती. पण हे असे पेटते जगणे जगायचे की आपल्याला हे पेटते जीवन देणाऱ्या शोषणयंत्रणेलाच जाळून टाकायचे याचा निर्णय शरणकुमार लिंबाळेंनी घेतला. त्यांनी शोषणयंत्रणेने त्यांना दिलेले मरण जाळून टाकण्याचा किंवा 'ॲनिहिलेशन ऑफ डेथ' करण्याचा परम असा ध्यासच घेतला होता. चवदार तलावाला डॉ. बाबासाहेब आंबेडकरांच्या हातांचा क्रांतिस्पर्श झाला आणि चवदार तळ्याला अग्नीचे आणि चांदण्याचे सेंद्रिय रुप प्राप्त झाले. हे रूप आपल्या जळत्या आयुष्यात रिचवायला शरणकुमार लिंबाळेंनी प्रारंभ केला आणि त्यांनी लिहिण्याचा सपाटा सुरु केला. आज त्यांच्या नावावर तीस ग्रंथ आहेत आणि पाचसहा ग्रंथांची निर्मिती सुरू आहे. शिवाय अनेक ग्रंथांची त्यांनी संपादने केली आणि अभ्यासकांची मोठीच सोय करून ठेवली. बहुमानाची अशी पीएच. डी. पदवी मिळविली. इंग्रजी, मल्याळम, कन्नड, तेलगू अशा अनेक भाषांमध्ये त्यांच्या साहित्यांचे अनुवाद झाले. लेखनाला

प्रारंभ करण्यापूर्वी शरणकुमार लिंबाळे कोणीही नव्हते पण त्यांनी लिहिले आणि महाराष्ट्रातही आणि देशातही त्यांनी स्वत:चे एक विशेषनाम उभे केले. लिंबाळेंनी स्वत:च्या कर्तृत्वाला इतिहासाने दिलेल्या अभावाच्या चौकटी तोडल्या. तो अभावच तुडवला आणि आपल्या तेज: पुंज जीवनाचा मनोरम अवकाश त्यांनी घडवला. लिंबाळेंनी अत्यंत जिद्दीने स्वत:चे असे प्रदीप्त निर्माण केले आणि इथल्या शोषणयंत्रणेचा पराभव केला.

निर्मितीकाळावर मात करणारी कविता :

'उद्रेक' या कवितासंग्रहात 'उत्पात' (१९८२) आणि 'श्वेतपत्रिका '(१९८९) या दोन कवितासंग्रहांमधील निवडक कविता आहेत. याचा अर्थ ही कविता १९९० नंतरचीही कविता वाटते. ती एकविसाव्या शतकातलीही कविता वाटते. कदाचित पुढे येणाऱ्या काळातील काव्यप्रेमींनाही ही कविता आपल्याच काळातील कविता वाटेल.

याचा एक अर्थ असा की भोवतीचा भौतिक तपशील बदलला तरी इथल्या समाजाचे मन मात्र बदलले नाही. अनेक शतकांच्या पूर्वीचेच हे मन आहे. बदलणे विसरलेले, बदल या संस्काराला पारखे झालेलेच हे मन आहे. कवी शरणकुमार लिंबाळे डॉ. बाबासाहेब आंबेडकरांच्या क्रांतिशाळेत शिकून बदलले. पण भोवतीची शोषणयंत्रणा हजारो वर्षांपूर्वी होती तिथेच आहे. असे असणे तिच्या सोयीचेही आहे. याचा अर्थ असा की न बदलणारी मानसिकता आणि बदललेली मानसिकता यांच्यातच सुरू असलेले हे महायुद्ध आहे. जात, वर्ण, वर्ग, देव-दैववाद, कर्मविपाक या विषमतेच्या चौकटीबाहेर जे पडले त्या परिवर्तनवीरांनी हे युद्ध सुरु केले आहे. हे महायुद्ध मुळात बुद्धाने सुरू केले. डॉ. बाबासाहेब आंबेडकरांनी आपल्या काळाच्या आणि पुढल्या काळातील संभाव्य समस्यांच्या संदर्भात या युद्धाला केवढे तरी नवे आयाम दिले. आज मराठीत आणि भारतातील बहुतेक सर्वच भाषांमधील असंख्य साहित्यिकांनी हे युद्ध आपापल्या शक्तीनुसार धगधगत ठेवले आहे.

हे युद्ध अपरिहार्यच होते. या युद्धात शिरणारी शरणकुमार लिंबाळेंची कविता मूलभूत मानवी प्रवृत्तींशीच भिडते. शाक्य आणि कोलिय यांचे रोहिणी नदीच्या पाण्यावरून पेटलेले भांडण नंतर मिटले. सिद्धार्थ, तू परत ये असा सांगावा सिद्धार्थकडे गेला. पण सिद्धार्थ परतला नाही. रोहिणी नदीच्या पाण्याच्या मालकीहक्काच्या भांडणाच्या निमित्ताने मानवी जीवनातील भांडणाचे मूळ, त्या भांडणाची मीमांसा त्याला शोधायची होती. मुद्दा एक प्रश्न सुटण्याचा नव्हता. मुद्दा मानवी जीवनाला छळणाऱ्या प्रवृत्तीचा होता. सिद्धार्थ या प्रवृत्तीचा उगम शोधण्याचा आटापिटा करीत होता. त्याला उत्तर मिळाले. पण बुद्ध शांत झाला नाही. शांत बसला नाही. ते उत्तर

घेऊन तो भांडणाच्या लोकांमध्ये फिरत राहिला. त्यावेळच्याही बऱ्याच लोकांना हे उत्तर कळाले, बुद्धाची दुःखमीमांसा कळली पण वळली नाही. आजही प्रश्न तोच आहे. कळते पण वळत नाही. सोयीचा वाटणारा आपला जातिस्वभाव, वर्णस्वभाव आणि त्याच्याशी संबंधित संस्कारव्यूह सोडायला माणसे आजही तयार नाहीत.

तृष्णेमुळे आपली माणुसकी कुंठित होते आणि ती मरुन जाते. इतरांचीही माणुसकी आपल्या तृष्णेमुळे मरून जाते हे बुद्ध नावाच्या एका प्रशांत माणसाने सांगूनही लोकांना तृष्णा सोडवत नाही. वर्ण जपणे, जात जपणे हा तृष्णेचाच आविष्कार आहे. जगाला लागलेला तृष्णेचा वणवा विझत नाही. आजच्या भांडवली जागतिकीकरणाच्या काळात तर हा वणवा अधिकच भडकायला लागलेला आहे. जगातील माणसे या वणव्यात स्वतःला होरपळून घेणे मंजूर करतात पण तृष्णा सोडायला तयार होत नाहीत. डॉ. बाबासाहेब आंबेडकरांच्या प्रेरणेने जन्माला आलेली विद्रोही कविता या तृष्णेचे महायुद्ध चितारते आणि ती वैश्विक होते. ज्या खोलात जाऊन, जितक्या मर्मभेदी पद्धतीने कविता या तृष्णायुद्धाशी भिडते आणि त्याचा आविष्कार करते त्या प्रमाणात तिच्यात वैश्विकता नांदायला येते.

उद्रेकमधील शब्दगौरव :

कवी शरणकुमार लिंबाळे हे शब्दसम्राट आहेत. शब्दांना वाकविण्याची ताकद त्यांच्यात आहे. त्यांच्या कवितांमधूनच नव्हे तर इतर ललित लेखनातूनही त्यांची शब्दसृष्टीवर असलेली हुकूमत आपल्याला पदोपदी जाणवते. कवी आपली ही उद्रेकी कविता कशासाठी लिहितो आहे? या प्रश्नाचे उत्तर कवीने पुढीलप्रमाणे दिले आहे.

"अन् आज,
पृथ्वी ज्यांच्या तळहातावर तरली आहे
त्यांच्या नावानं बोलतो.
हा आवाज माझ्याच ओठांतून येत नाही
हे युगविधान आहे, त्या उगारल्या मुठींचे."

कवी एक क्रांतिकारी युगविधान मांडण्यासाठी कविता लिहीत आहे हे तर उघडच आहे पण कवीच्या कवितेचे नायक कोण आहेत? तर कष्टकरी, गरीब, रंजले-गांजलेले क्रांतीचे शिल्पकार लोक कवीच्या कवितेचे नायक आहेत. क्रांती खेचून आणायला त्यांच्या मुठी वळल्या आहेत. पृथ्वीवरील वैभव ज्या कष्टांनी जन्माला घातले, त्यांच्याच हातावर ही पृथ्वी तरली आहे. त्यांच्या सुखदुःखांना व्यक्त करण्यासाठी कवी बोलतो आहे आणि त्यांची बंधमुक्ती हेच आजचे युगविधान आहे. हे युगविधानच मांडण्यासाठी, युगाचा हा क्रांतिसंकल्प मांडण्यासाठीच कवी

आपली कविता लिहितो आहे. आपली कविता साक्षात करणाऱ्या शब्दांचा गौरव कवी करतो आहे आणि उद्रेकमधल्या कविता ज्या शब्दांनी साकार झाल्या त्या शब्दांना साहित्य म्हटले जाऊ नये असे कवीला वाटते. कारण उद्रेकमधल्या कवितांमधील शब्द जळणाऱ्या माणसांच्या भूमिका करीत आहेत. माझे शब्द म्हणजे जळणारी माणसे आहेत. या जळणाऱ्या माणसांना साहित्य म्हणून केवळ वाचून बाजूला ठेवू नका. जळणाऱ्या माणसांना वाचवा, त्यांना लागलेली आग विझवा असे कवी म्हणतो आहे याचा अर्थ कवी आपली कविता साहित्य ठरण्यासाठी लिहीत नाही तर जळती माणसे विझविण्यासाठी कविता लिहितो आहे. मराठी कवितेने कवीच्या या ओळी विसरु नये. या ओळी लिहिणाऱ्या या कवीला मराठी कवितेने धन्यवाद दिले पाहिजेत. शब्द इथे माणसांची प्रतीके ठरत आहेत. जळती प्रतीके! शरणकुमार लिंबाळेंची ही शब्दसमजूत शब्दांनीही थक्क व्हावे अशीच आहे. आपली कविता म्हणजे एका बॉम्बस्फोटाचे सत्र आहे असे म्हणणारा हा संतप्त कवी आपल्या कवितेला या दुनियेतील जे जे विघातक असेल ते ते उडवून देण्याला सांगतो आहे. 'शिलालेख' या कवितेत त्यांनी आपल्या कवितांना बॉम्बस्फोटाच्या सत्राची भूमिका करायला लावले आहे.

उद्रेकमधील कविता उद्याबद्दल, मानवी जीवनाच्या सुंदर उद्याबद्दल बोलते आहे. भोवतीच्या कुरूपतेने आपल्या कवितेवर कोड पसरावे तसा अर्थ पसरतो असे कवी म्हणतो. ही कविता कवीच्या मनात संताप फुलविणाऱ्या गतकाळातील अत्याचारांवर उभी असली तरी आज-

"शब्द पसरतात अक्षरातून लोड केलेल्या बंदुका होऊन
माझ्या अवतीभोवतीचा धुमसता असंतोष
मलाच पेटवतो आहे लेखणीतून संदर्भ म्हणून उद्याचा."

जुन्या गुलामीच्या इतिहासाच्या पार्श्वभूमीवर ही कविता हव्या त्या नव्या इतिहासासंबंधी बोलते आहे. कवी म्हणतो-

"माहीत नाही का माझ्या शब्दातील संतप्त सौंदर्य?
ही वादळं माझ्या उद्धट उच्छ्वासानंच उठतात.
माझ्या हुंकारातून प्रलय वर्धमान होतो गळ्यागळ्यात शोषितांच्या
गाइऱ्या दणकट मनगटातून या देशाचा नवा चेहरा घडतो आहे
माझ्या शब्दाशब्दातून सज्ज होतो आहे एक नवा इतिहास."

या ओळींमध्ये क्रांतिकारी शब्दांची महती कवी सांगतो. एक नवी आणि सुंदर प्रतिमा इथे येते. 'शब्दातील संतप्त सौंदर्य.' ही ती प्रतिमा होय. एकूणच आनंदवादी सौंदर्यशास्त्रापुढे ही कविता संतप्त सौंदर्याचा पर्याय उभा करीत आहे आणि बुद्धाला

आणि डॉ. बाबासाहेब आंबेडकरांना हवा असलेला नवा सुसन्मानित मानवी चेहरा या देशाला प्राप्त व्हावा यासाठी कवी लिहितो आहे. माणुसकीला काळिमा फासणाऱ्या इतिहासाला उद्ध्वस्त करीत कवीचे शब्द माणसाचा सन्मान करणाऱ्या नव्या इतिहासाच्या निर्मितीच्या मोहिमेवर निघालेच आहेत. एकूण या कवितेत शब्द कधी जळती माणसे होतात तर कधी नवा इतिहास जन्माला घालणारे आंबेडकर होतात.

शब्द नेहमी उजेडच फुलवितात आणि वाटतात असे नव्हे तर अनेकदा शब्द शोषणयंत्रणेच्या दलालांचे कामही करीत असतात. या देशात हजारो शब्दांना, हजारो वर्षे अशा घृणा पसरविण्याचे कामही करायला काही डोक्यांनी भाग पाडलेले आहे. मनुस्मृतीमधील शब्दांनी आणि मनुस्मृतीच्या कुटुंबातील ग्रंथांनी आजवर हेच केले. चोरही शब्द वापरतात. बोगस नावाचे मस्टर भरणाऱ्या कारकुनाचेही कार्य तेच करीत असतात. सभ्य वेषातील नीच पुढाऱ्यांसारखेही शब्दच वागत असतात. शब्द खांडववन जाळणारी आगही होतात आणि डॉ. बाबासाहेब आंबेडकरांच्या काळजावर विजांचा खेळ मांडणारी क्रांतीही होतात. वापरणारा जसे वापरतो तसे शब्द वागतात. दुष्टांच्या मुखातील शब्द विध्वंसक होतात. सज्जनांच्या मनातील शब्द अंधारात मार्गदीप होतात.

'शब्द' ही कविता मला यासंदर्भात फारच वेगळी आणि महत्त्वाची वाटते. शब्दांभोवती कवीने प्रश्नांची गर्दी उभी केली आहे. या प्रश्नांमधून तुम्ही या देशातील बहिष्कृतांच्या वाट्याला आलेले जगणे कधी जगून पाहिले काय असा सवाल कवीने केलेला आहे. या कवितेत कवीने आपल्या कवितेतील शब्द सूर्यासारखे व्हावेत असे म्हटले आहे तेही मोठे अन्वर्थक आहे आणि मला या कवितेतील पुढील ओळी तर मागल्या हजारो वर्षांचा इतिहास उरात वागवितात असे वाटले. त्या ओळी अशा-

"शब्दांनो!
तुमच्या प्रेमाखातर
कैकदा माझा शिरच्छेद झालाय
माझी जीभही छाटलीय
कानात शिशाचा रस ओतलाय..."

शब्द वापरण्याची, शब्दमय होण्याची, शब्दांवर प्रेम करण्याची शिक्षा काय असते ते मनुस्मृतीमधील दहशतवादी श्लोकांना विचारा! याचा एक अर्थ असा की मनूला शब्दांची ताकद माहीत होती. म्हणून ज्यांना मेलेले जगणे वागवायला द्यायचे त्यांना आधी शब्द नाकारायला हवेत. शब्दांशिवाय ही माणसे मग वाळलेल्या लाकडांसारखी केवळ जाळण्याच्या कामापुरती उरतील हे मनूला आणि त्याच्या

उद्रेक

कुटुंबातील सर्वच अमानुष सदस्यांना माहीत होते. शब्द ही तर मानवी संस्कृतीला मिळालेली सुंदरतम देणगी आहे. माणसाला काळीज बाहेर काढता येत नाही पण शब्दात काळीज बांधता येते. संस्कृतीसाठी शब्द पायही होतात. वाटही होतात आणि त्या वाटेवर शब्द स्वप्रांच्या बागाही फुलवितात. पण एखादी संस्कृती आणि तिच्यातील माणुसकीचे खलपुरूष जेव्हा काही लोकांना हे शब्दाचे प्रकाशागार नाकारतात तेव्हा ते मानवी जीवनाच्या सौंदर्यसंविधानानुसार एक अक्षम्य गुन्हाच करीत असतात.

यातनांच्या आगीतील प्रेमाची पौर्णिमा :

श्वेतपत्रिकेच्या निवेदनात ''प्रियेच्या ओठांजवळ असतानाही मला आरोळ्या ऐकू येतात, आक्रोश ऐकू येतो.'' असे शरणकुमार लिंबाळेंनी लिहिले आहे. काळजाला आग बिलगलेल्या या कवीची कविता पूर्णत: वेगळी असणे अपरिहार्य आहे. शरणकुमार लिंबाळेंनी १९८६ साली दलित प्रेम कवितेचे संपादन केले. विद्रोही कवी प्रेम करू शकत नाहीत, या साखरझोपेत महाराष्ट्र असताना शरणकुमार लिंबाळेंनी या बुद्धिवादी आणि क्रांतिकारी विद्रोही कवींचे प्रेम एका परडीत घालून महाराष्ट्राचा तो गोड गैरसमज घालविला. बुद्धिवादी कवी पुनर्जन्म मानीत नाहीत म्हणून त्यांचे प्रेम ते सात वा अधिकही जन्मांच्या विस्तीर्ण भूभागावर पसरवून देत नाहीत. त्यांना हा एवढाच जन्म मान्य असतो म्हणून त्यांचे प्रेम अधिक प्रखर असते आणि गहनही असते. कवी जसा कमीत कमी शब्दात जास्तीत जास्त अर्थ भरतो त्याप्रमाणे बुद्धिवादी कवी आपल्या या एकाच जन्मात प्रेमाची घनता वाढवित असतो. 'गीत' या कवितेत शरणकुमार लिंबाळेंच्या मनातील प्रेमाची शब्दातीत तगमग व्यक्त झाली आहे. कष्टांच्या डोंगराखाली हे प्रेत चेंगरून मरत नाही तर ते नाना अपेक्षांच्या गर्दीतही फुलत असते.

ही कष्टांनी रापलेली प्रेयसीही सुंदरच आहे. कवी तिला घनघोर युद्धक्षेत्रासारखे अनावर होऊन बोलावतो. रस्त्याचा संसार करणारा हा कवी प्रेयसीला म्हणतो-

''तुझ्या डोईवरचा पदर
राष्ट्रध्वजागत प्रिय वाटतोय
...पोलिसांच्या लाठ्या झेलून
चळबळीची सुरुवात केली
अगं, तूच तेल लावून चोळलेस
शेकले सुद्धा अंगावरच्या वळा
भरल्या डोळ्यानं.''

ही अशी प्रेयसी! कार्यकर्त्यांच्या जीवनात प्रेयसीही चळवळीच्या लेकीचीच

भूमिका करीत असते. म्हणून तिच्या डोईवरच्या पदराला राष्ट्रध्वजाच्या सौंदर्याची महत्ता प्राप्त होते. त्याचे अंग शेकतानाचे तिचे आसवांनी डबडबलेले डोळे प्रेमाला एक नवाच अर्थ देतात. तिच्या ओठांवर बाबासाहेबांच्या पुतळ्यापुढे प्रज्वलित झालेल्या हजारो मशाली कवीला दिसतात. तिचे हात त्याला मातृभूमीगत वाटतात. ओठ भाजलेल्या भाकरीप्रमाणे वाटतात. तिचे हसणे संसदेत मांडल्या जाणाऱ्या बिलांपेक्षाही कणखर वाटते. त्याला तिचे ओठ नेहरुंच्या कोटावरील गुलाबापेक्षाही सुवासिक वाटतात. ती पंधरा ऑगस्टपेक्षाही कवीला सुंदर वाटते. पण याचवेळी आपली गरिबी आणि आपल्या वाट्याला आलेली विलक्षण बहिष्कृतता कवीला चटके देतच असते. पण याही यातनांच्या आगीत ही प्रेमाची पौर्णिमा निसर्ग पाठीशी घेऊन फुलतच असते. शरणकुमार लिंबाळेंच्या या प्रेमाच्या कवितेचा परम प्रकर्ष पुढील ओळीतून दिसतो. या ओळी फार सर्जनशील आहेत. 'चौदा एप्रिल' या कवितेत कवीने लिहिले आहे-

"तुला जाणवत नाही का?

एक अस्वस्थ गर्भ फिरतोय इथं.

सांग प्रिये

तू चौदा एप्रिल होशील का?"

दुःख-दैन्य आहेच. प्रेयसीला अकाली वृद्धत्व देणारे काबाडकष्ट आहेतच पण याही वणव्यात जळताना कवी प्रेयसीला चौदा एप्रिल व्हायला सांगतो. १४ एप्रिल हा क्रांतीला जन्म देणारा दिवस आहे. युग वाकविणाऱ्या पराक्रमाचा जन्म या दिवशी झाला. अनेक आया, अनेक बाप आपल्या मुलांना बाबसाहेबांप्रमाणे असीम हो असे सांगतात. शरणकुमार लिंबाळे आपल्या प्रेयसीला १४ एप्रिल व्हायला सांगतात. लिंबाळेंच्या कवितेचे हे परमशिखर आहे.

प्रश्नांचे सुरूंग पेरत जाणारी कविताः

'उद्रेक'चे पहिले पाऊलच प्रश्नांनी पडते. 'मी कोण?' या पहिल्याच कवितेत प्रश्नांच्या ज्वाळा उफाळताना दिसतात. 'मी कोण आहे?' या प्रश्नाचे उत्तर सत्ता देत नाही. जनता देत नाही. संस्कृती देत नाही. वेद देत नाहीत. शास्त्रे देत नाहीत आणि मनुस्मृतीही देत नाही आणि या प्रश्नाचे उत्तर वरील सर्वच घटक देत नसतील तर ते जिला संस्कृती म्हणतात तिचे संस्कृतीपणच निकाली निघते.

पण या प्रश्नाचे उत्तर बुद्धाने दिलेले आहे. शरणकुमार लिंबाळेंना या प्रश्नाचे उत्तर डॉ. बाबासाहेब आंबेडकरांनी दिलेले आहे. आणि हे उत्तर आहे. 'तू अनेक शक्यतांचा पुंज आहेस. तू प्रतिभावंत आहेस. तू प्रज्ञावंत साहित्यिक आहेस. तू माणूस आहेस आणि सम्यक माणसाने असावा तसा तू माणसांच्या सौंदर्याची सर्जना

करणारा साहित्यिक आहेस' हे उत्तरच तर लिंबाळेंच्या आयुष्यात सर्वांगांनी फुलारून आलेले आहे. म्हणूनच तर ते आपल्या प्रेयसीला चौदा एप्रिल व्हायला सांगतात.

शरणकुमार लिंबाळेंनी 'उद्रेक' मधून प्रश्न विचारले आहेत. देशावरील नेहरुंची रक्षा मनुस्मृतीची कशी झाली? हा असाच विलक्षण प्रश्न आहे. 'तो आवाज, ती दिशा' याही कवितेत या प्रकाशात मला मिळालेले स्वराज्य का मिळत नाही? बकऱ्यासारखा मुकाट्याने बळी जावा असा मी काय गुन्हा केला? माझ्या हाका तुम्हाला ऐकू येत नाहीत काय? माझा आक्रोश तुम्हाला ऐकू येत नाही काय? मी तुमचा कोणीच लागत नाही काय? असे प्रश्न येतात. 'सीमा' या कवितेत असेच आणखी मूलभूत प्रश्न आहेत. माझा समाज गावाबाहेर का? त्याला बहिष्कृत का केले? त्याला चहुकडे बांधून का टाकले? या प्रश्नांसोबतच आणखी एक अत्यंत महत्त्वाचा प्रश्न जुलूम करणे जुलूम नव्हे असे वाटणारांना कवीने याच कवितेत विचारलेला आहे. तो प्रश्न असा की, तुम्हाला-

''आम्ही मुक्त असण्याची इतकी भीती का वाटावी?''

हे तर सर्व प्रश्नांचे मूळ आहे. आपल्याला आपली सावली का असू नये या प्रश्नाने पेटणारा हा कवी म्हणतो -

''ही आभाळभर झालेली पाखरं

कुण्या देशाची गाणी गातील?

चोचीत आपुल्या

कुण्या स्वराज्याचा नकाशा आणतील?''

हे प्रश्न उत्तर मागत आहेत आणि उत्तरे पळ काढत आहेत. ''मी कधीच बेदरकार बोललो नाहीय, या तरूणी पाहून, माझा बलात्कार कधीच जागा झाला नाही.'' असे म्हणणाऱ्या या कवीला प्रश्न पडतो की -

''इतक्या तिरस्कारानं का थुंकतेय ही तरूणी

सूर्यासह दुभंगून जाते धरणी.''

आणि असाच काळजाला हात घालणारा प्रश्न 'माणूस म्हणून' मध्ये कवी विचारतो की तुम्हाला मला माणूस म्हणून स्वीकारणं मान्य आहे काय? फुलझाडांना फुलांऐवजी शस्त्रे का लगडतात आजकाल? हे राष्ट्र माझेही आहे हे तुम्ही का नाकारता? तुम्ही आम्हाला पिण्याचे पाणीही भरू देत नाही. समान हक्काने मग तुमच्याबरोबर संसार कसा करू द्याल? तुमच्यांबरोबर राज्यकारभार कसा करू द्याल? हे प्रश्न संस्कृतीच्या गप्पा मारणारांचे पितळ उघडे पाडणारे आहेत. गरिबी आणि अस्पृश्यता यांनी कवीच्या काळजाला दुहेरी आग बांधलेली आहे. येथील शोषणयंत्रणा केवळ आर्थिक शोषण करून तृप्त होत नाही तर तिला सामाजिक

शोषणही करायचे असते. किंबहुना ही यंत्रणा आर्थिक शोषणासाठी सामाजिक शोषण करते आणि सामाजिक शोषणासाठी आर्थिक शोषण करते. कवी म्हणतो माझ्या आईच्या पोटी जन्म घेणे हा गुन्हा कसा ठरतो? हा माझा देश कसा? मी जन्मतःच गुन्हेगार कसा? असे प्रश्न कवी विचारतो. कवी म्हणतो-

"तुमच्या माझ्यात आहेच काय फरक,

भीषण दारिद्रयाशिवाय?

ही अस्पृश्यता कुणी निर्माण केली?

या देशाचे तुकडे व्हावे असं तत्त्वज्ञान कुणी निर्माण केलं?

देशातच या देशाचे शत्रू कुणी निर्माण केले?

माझ्या वाडवडिलांनी कसा विश्वास ठेवला

या खुळचट पुराण-पोथ्यांवर?

का कधीच केली नाही बंडखोरी

या हराम परंपरेविरूद्ध?"

हे सर्व प्रश्न शोषणाच्या परंपरावर फेकत असताना कवीला या देशाचे वर्गीय रूप माहीत आहे. डॉ. बाबासाहेब आंबेडकरांनीही या देशाच्या इतिहासातील वर्गसंघर्ष मांडून दाखविला आहे. समता आणि विषमता, बुद्धिवाद आणि अंधश्रद्धा, परस्परसहभाव आणि परस्परतुच्छताभाव या दोन वर्गांमधलाच तो संघर्ष आहे आणि या संघर्षाचा इतिहास हाच या देशाचा इतिहास आहे हे कवीला माहीत आहे. कवीने या छावणीतील आपली बाजू 'उद्रेक'मध्ये भक्कमपणे उभी केली आहे. हा कवितासंग्रह एक बाब आपल्या मनावर बिंबवितो तो ही की शोषणयंत्रणेची उत्तरे कवीला प्रश्न वाटतात आणि कवीने उभे केलेले प्रश्न शोषणयंत्रणेला आपल्या अमानुष अस्तित्वावर ओतलेल्या आगीसारखी वाटतात.

आजवरच्या सर्वच अन्यायांना गुन्हेगार ठरविणारी कविता :

उद्रेकमधील कविता भूतकाळातील आणि आजच्याही सर्व अन्याय-अत्याचारांना गुन्हेगारांच्या पिंजऱ्यात उभे करते. सर्वच अन्यायाच्या नोंदी घेत ही कविता या समाजाच्या इतिहासाची निर्दय तपासणी करते. येथील समाजरचनेचा भीषण कोडगेपणा कवीने 'श्वापदे' या कवितेत मांडला आहे. इथे प्रत्येक माणूस एक राष्ट्र आहे. प्रत्येक जात एक राष्ट्र आहे. कवीला येथील गावा-शहरांची, माणसांची रचना मान्य नाही आणि कवीला वाटते की आपला मुलगा गावकी चालविण्यासाठी वाढतोय. आपली बायको पोटात एक गुलामच वाढवतेय आणि जन्माला आल्यावर तो गावगाड्याची थुंकी झेलण्यासाठीच जगणार आहे. हे काळोखे भवितव्य कवी मांडतो कारण-

"पाटलाच्या घरी कोंबडा कायदा खात असतो

आणि माझ्या घरी कोंबड्याची पिसं टाकतात
कोंबडा मारल्याचा आरोप ठेवण्यासाठी.''

अशी स्थिती आहे. अन्याय करण्यासाठी कारणेच नसतात पण त्यामुळे कारणे निर्माण केली जातात. दुष्टपणाचे हे परम नमुने कवी मांडतो. कवीने 'एकात्मता' या कवितेत लिहिले आहे की, ''आता तर मी आगीतच आहे'' आणि आपल्याला माणसांपासून हाकलेले गेले आहे. कवीने म्हटले आहे -

''माझ्यात आणि गाववाल्यात इतकी दुष्मनी का?
आम्ही कधी पेटवल्या का यांच्या झोपड्या
की नागवल्या यांच्या लेकीबाळी
म्हणून आमचा हे सूड उगवताहेत?''

कवी याप्रकारे हैराण आहे. 'पोट विकून, पाठही विकून जगताना, आयुष्य गहाण टाकले' असल्याचे वास्तव कवी रेखाटतो. कवी आपल्या समाजावरील अत्याचाराची कारणमीमांसा करताना म्हणतो-

''मी जेव्हा स्वावलंबी होतो,
तेव्हा तुमचा स्वाभिमान दुखवतो
मी ताठ मानेनं जगताना
तुम्ही माझ्यामागे कोर्टकचेऱ्या लावता
गावगुंडांच्या टोळ्या धाडता.''

कवीने अत्यंत रेखीव शब्दात इतिहासातील अन्यायाची महाकथा पुढल्या दोन ओळींमध्ये सांगितली आहे. त्याने लिहिले आहे -

''चाबकाने लिहिलेत उद्धट हुकूम
आमच्या पाठीवर गुलामीचे.''

आणखी एक दाहक सत्य कवीने 'परवडतो का पाहा' या कवितेत मांडले आहे. ''अवघे विश्वची माझे घर म्हणून मला गावाबाहेर ठेवणारच'' असे इथले औदार्य आग लावणारेच आहे. म्हणून कवीने अत्यंत तिखट शब्दात हे सांगितले आहे की -

''या बहिष्कृत वस्त्यांमधून पाहा या देशाचा चेहरा
विती बिकृत- विकलांग ही संस्कृती
देशाचा औद्योगिक विकास, नव्या इमारती, नवे रस्ते
पण जुनीच माणसं, जुनीच मनं, जुनाच जातीवादी कावा.''

आणि याबरोबर कवीने बेकारीचीही समर्थपणे नोंद घेतली आहे.
''आम्ही मात्र टाईप झालो आहोत

पकड वॉरंटच्या हुकमामध्ये.''

हे किती भीषण आहे याची कल्पना आपण करू शकता आणि कवीला हेही माहीत आहे की इतिहासभर ''मेलेले असतो आम्हीच. रडत असते अंगाई गाणारी आई. आपल्या बाळाला कुशीत घेऊन; देवा; इधं जन्म का दिलास म्हणून!'' हे अर्थात परंपरागत आईचे फार जुने मनोगत आहे. पण इथले माणूसमारे वास्तव पाहून इथे काहींना जन्म घेणेच नकोसे वाटावे हा पराभव कोणाचा? आणि या पराभवाचे शिल्पकार कोण हे प्रश्न आपल्यालाही पडतात आणि त्यांची उत्तरेही 'उद्रेक'मध्ये अभिप्रेत आहेतच.

उपरोधाच्या ज्वालांची दाहकता :

दलित-पीडितांना सक्तमजुरीत ठेवण्याचे मनूचे बहुमत असलेल्या मतपेट्या फोडायला कवी सांगतो. लोकशाहीबद्दल लिहिताना कवी म्हणतो -

१) ''हरवलेल्या लहान मुलासारखी

ही लोकशाही

जिला आईबापाचं नाव सांगता येत नाही.''

२) ''सर्वप्रथम मी एक जात आहे.

आईच्या गर्भात असताना

जगताना आणि चौघांच्या खांद्यावरून जातानाही

जात असते सोबत राष्ट्रीयत्वासारखी.''

३) ''त्यांचा भ्रष्टाचारसुद्धा देशभक्ती असते

आणि आमचा प्रत्येक शब्द देशद्रोही ठरतो.''

४) ''आपला पुनर्जन्मावर विश्वास आहे

गांधीजी भंगी म्हणून जन्मतील

आम्हीही हरिजन म्हणून जन्मू

पुढल्या जन्मी

तुम्ही आमच्या जन्मात याल

या जन्मी तुम्ही तक्रार करू नका.

पुढल्या जन्मी आम्ही करणार नाही.''

५) ''खुर्च्या- टेबलं- फाईलमधून ह्या देशाचा विकास होतो

भ्रष्टाचारातून तमाम योजना सुजलाम सुफलाम होतात.

मी आणि माझे शब्द

रोजगार हमीच्या श्रमावरील कारकुनासारखे

मस्टर भरत फिरत असतो बोगस नावांचे

उद्रेक

ही बोगस नावे कोणाची
या देशातील तमाम मंत्र्यांची.''

अशी उपरोधाची आग उद्रेकमध्ये भडकली आहे. ती अत्यंत वैशिष्ट्यपूर्ण आहे. शरणकुमार लिंबाळेंनी ही आग आणखी भयानक पद्धतीने पसरवायला हवी होती. ती ताकद त्यांच्यात होती. पण त्यांनी हे केले नाही. त्यांच्यावर या गोष्टीसाठी मी रागवायलाच हवे असे मला वाटते.

वाताहतीला वाकविणारा निर्धार :

पण डॉ. बाबासाहेब आंबेडकरांपासून प्रेरणा मिळालेले शरणकुमार लिंबाळे हे सर्व सहन करीत मुकाट बसणार नाहीत. त्यांना हे बदलायचे आहे. वास्तवांतर करायचे आहे. त्यांना क्रांतीची चाहूल लागली आहे. शोषणसंस्थेने सुझपणा पत्करावा आणि या जखमा बांधाव्यात, अन्यथा जखमा जंगली होतील. दंगली होतील असा लिंबाळे इशारा देतात. कवीला आपण हजारोंच्या जमावात एकजीव झालेला असंतोष आहोत असे वाटते. कवी आपल्या जखमांना घेऊन अस्वस्थ वस्त्यांमधून फिरतो.

''मीच असतो तमाम मुठीत''

असे कवी म्हणतो एवढेच नाही तर...

''आता माझा स्फोट झाला पाहिजे, मोठा प्रलय झाला पाहिजे.''

असे अत्यंत निर्वाणाच्या भाषेत कवीने सांगितले आहे. हा निर्धार आहे समाजरचना आरपार बदलून टाकण्याचा! संपूर्ण गरिबी, संपूर्ण जातीसंस्था आणि या संदर्भातले संपूर्ण घृणेचे जहर लोकमानसातून पूर्णतः नष्ट करण्याचा हा निर्धार आहे. कवी शोषकांना अत्यंत स्वच्छ भाषेत विचारतो की तुम्ही ही स्फोटक अवस्था नाकारणार आहात काय? आणि जर तुम्ही ही अवस्था नाकारणार नसाल तर -

''मी उखाडीत जाईन रेल्वे रूळासारखे धर्मग्रंथ

पेटवीत जाईन सिटीबसगत तुमचे बेबंद अधिकार.''

याचे कारण काय? कवी हे कोणत्या अधिकारात सांगत आहे? तर तो म्हणतो आहे की -

''माझे हक्क सूर्यासारखे उगवत आहेत

हा सूर्यदय तुम्ही नाकारणार का?''

हा सवाल करणाऱ्या कवीचे विषमतेच्या इतिहासाशी पटत नाही. म्हणूनच आपल्याला हवा तो इतिहास निर्माण करण्याचा निर्धार कवीने केला आहे. कवीने शोषणयंत्रणेच्या एका मर्यादेवर आणि तिच्या पराभवाच्या तरतुदीवर नेमके बोट पुढील शब्दांमधून ठेवले आहे. कवी म्हणतो -

''तुम्ही दगडफेक करून थकल्यानंतर

उद्रेक

तमाम दगडांचे ढीग माझ्या पायाजवळ असतील

आणि तेव्हा मात्र

तुम्ही नि:शस्त्र असाल.''

'उठा युगांनो' या कवितेत कवीने असे म्हटले आहे की -

''लाठीहल्ला, गोळीबाराच्या भयानं पळणारे आम्ही

आता पाय रोवून उभे आहोत

आम्हाला शस्त्रे द्या

या उन्मत्त सत्तेविरूद्ध लढण्यासाठी.''

इथे खरे म्हणजे पराकोटीचा संतापच आहे. पण तो आपण समजावून घेतला पाहिजे. कारण क्रांती होणारच आहे. जाती-वर्गविहीन आणि समताधिष्ठित अशी तिसरी दुनिया जन्माला येणारच आहे. म्हणून 'क्रांतीला माझे आगमन कळवा' असे कवी म्हणतो. कवीने लिहिले आहे -

''हे हादरे कुण्या भुकंपाच्या स्फोटाचे नाहीत

हा हुंकार मातीचा आहे.''

कवी असा क्रांतीचा नकाशा पुढे धरतो आहे. ही एका संतप्त अवस्थेची, मन पेटत्या वेळेची भाषा आहे. पण कवीला अशी रक्तक्रांती नकोच आहे. तो स्वत:ला बाबासाहेब आंबेडकरांचा सुपुत्रच मानतो आहे. या देशावर त्याचे अपार प्रेम आहे. इथल्या उजेड वाटणाऱ्या परंपरावर त्याची निष्ठा आहे. त्याची निष्ठा माणुसकीवरच आहे. म्हणून शेवटी तो माणुसकीच्या सब्बमंगल ध्येयापाशीच स्वत:लाच घेऊन जातो.

ही सारी तगमग माणसाच्या संपूर्ण सन्मानासाठीच :

आईवरती, पत्नीवरती, प्रियेवरती सुंदर कविता लिहिणारा हा कवी आहे. 'उत्पात' या कवितेत त्याने म्हटल्याप्रमाणे इतर सर्व नष्ट व्हावे आणि माणसेच केवळ माणसांच्या गळ्यात पडावित. हे त्याचे मोठे लाडके स्वप्न आहे. त्याने 'माणूस म्हणून' या कवितेत म्हटले आहे ते मोठे सुंदर आहे.

''किती तुरुंगाच्या भिंतीपल्याड, किती सातासमुद्रापल्याड

राहता तुम्ही संसदीय लोकशाहीत?

पाडा तुरूंगांच्या भिंती

पाडा घरादारांच्या भिंती, पाडा जातीधर्मांच्या भिंती

आपण एकदा पूर्ण भिंतीविहीन होऊयात

आणि वाटून घेऊयात तुम्ही-आम्ही माणूसपण...''

मला वाटते हीच माणुसकीच्या प्रस्थापनेची प्रज्ञानशैली आहे. माणूस असो की

उद्रेक

कवी असो, चिडतो. संतापतो. हे सर्व खरेच असते. खोटे नसते पण शेवटी तो जातो एका प्रबुद्धत्वापाशीच. हेच प्रज्ञान आहे. असीम, अथांग प्रज्ञान आहे. आपण सर्व पूर्ण भिंतीविहीन होऊ असे कवीला वाटते. माणसांच्या प्रतिष्ठेसाठी माणसांच्या शिल्पकारांनी जन्माला घातलेले सुंदर माणूसपण आपण वाटून घेऊ असे कवी म्हणतो. हे अटळच आहे.

काही प्रतीके, काही शब्द उद्रेकमध्ये येणे तत्वत: आवश्यक नव्हते. पण त्या काळच्या आणि नंतरच्याही अनेक लेखक-कवींच्या लेखनात असे शब्द आढळत असले तरी त्या अंतर्विरोधाचा याही पातळीवर का होईना उद्रेकाशी संबंध यायला नको होता. पण तरी उद्रेक सच्चा आहे. उद्रेकच्या कवीची आंबेडकरनिष्ठा सच्ची आहे. माणुसकीची प्रस्थापना करण्याची एक असीम तहान या कवितेत बांधली गेली आहे. त्या निमित्ताने ही तहान का? या प्रश्नाचे उत्तर म्हणून अत्याचारांची कहाणी अत्यंत उत्कट भाषेत कवीने सांगितली आहे पण तरी माणुसकीची प्रस्थापना हेच उद्रेकाचे प्राप्तव्य आहे आणि प्रज्ञान ही त्याची आदरणीय शैलीही आहे. शरणकुमार लिंबाळे यांनी यापुढेही कवितालेखन करावे. या प्रज्ञानशैलीचा पुढचा प्रवास पाहण्यासाठी महाराष्ट्रासोबत मीही उत्सुक आहे. एक त्यांनी लक्षात ठेवावे की त्यांनी कवितालेखन परत सुरू केले नाही तर अत्यंत मनापासून त्यांच्यावर रागावणारा पहिला माणूस मी असेन. असे त्यांच्यावर रागावण्याची वेळ ते माझ्यावर येऊ देणार नाहीत अशी अपेक्षा करतो आणि थांबतो. धन्यवाद!

डॉ. यशवंत मनोहर

भूमिका

''शास्त्रीय संगीत सादर करणाऱ्या गायकाला किंवा एखाद्या संगीतकाराला 'तू का गातोस? तुझ्या गाण्याने समाजाचे कोणते प्रश्न सुटणार आहेत?' असे प्रश्न विचारले जात नाहीत. मात्र साहित्यिकाला शहाजोगपणे असे प्रश्न विचारले जातात. त्यात आपण काही मूर्खपणा करीत आहोत, असे कुणाला वाटत नाही. तोडी राग गाऊन 'एड्स', 'हुंडा' किंवा 'गरिबीचे प्रश्न' सोडवाल काय, असे गायकाला कोणी विचारत नाही. फक्त लेखकांसाठीच सवालांची चळत असते. आजचे साहित्यिक कोणत्या ना कोणत्या 'आयडॉलॉजी'त अडकले असल्याने, गोंधळलेल्या मन:स्थितीत वावरत

आहेत'' अशी घाणेरडी विधाने मी कुठंतरी वाचली आणि माझ्या मनात माझ्या 'आयडॉलॉजी'विषयी प्रश्न निर्माण झाले.

व्यवस्था बळकट करणारे लेखक कसे प्रश्न विचारतात, त्यांची मानसिकता काय असते हे वरील अवतरणावरून लक्षात येण्यासारखे आहे. अशा विधानांना दाद मिळते, विपुल प्रसिद्धी मिळते कारण त्यांच्यापुढील श्रोतृवर्ग हाही तीच मानसिकता जोपासणारा असतो. ही एका उच्चभ्रू, प्रतिष्ठित, सुखलोलुप वर्गाची प्रतिक्रिया असते. ते केवळ आपल्या कलेविषयी बोलत नाहीत. आपल्या कलेविषयी बोलताना दुसऱ्यांची बांधीलकी हिणकस ठरवण्याचा प्रयत्न करत असतात. त्यांना 'गोंधळलेल्या मानसिकतेचे' म्हणून शहाजोगपणे संबोधत असतात. शास्त्रीय संगीत सादर करणारे गायक कुठल्या वर्गाचे प्रतिनिधित्व करतात? शास्त्रीय संगीताच्या घराण्यांची परंपरा कोणती आहे? शास्त्रीय संगीतकाराचे आजवरचे प्रयोजन कोणते होते? हे जाणून का घेतले जात नाही? 'देस राग' किंवा 'मिले सुर मेरा तुम्हारा' ह्या शास्त्रीय संगीतातून राष्ट्रीय भावना निर्माण करण्याचा प्रयत्न झाला नाही का? शास्त्रीय संगीताच्या मैफिलीतून विशिष्ट वर्गाची मौज पुरवली जात नाही का? शास्त्रीय संगीत ऐकणारा जसा एक वेगळा वर्ग आहे, तसा लोकसंगीत ऐकणारा एक वेगळा वर्ग आहे, हे हेतुपुरस्सर दुर्लक्षित करण्याचे कारण काय? मूठभर अभिजन वर्गाला डोळ्यांपुढे ठेवून कलेची निर्मिती केली जाते तेव्हा ती अभिजात ठरते. परंतु विराट बहुजनवर्गाला डोळ्यांपुढे ठेवून जेव्हा कलेची निर्मिती केली जाते तेव्हा ती कला सवंग आणि प्रचारकी ठरवली जाते. ह्यामागील गौडबंगाल कशाचे द्योतक आहे? मी कुठलीच आयडॉलॉजी मानत नाही, मी केवळ कलावंत आहे आणि 'कलेसाठी कला' म्हणून लिहितो असे कोणी म्हणत असेल तर तो धादांत मूर्खपणा आहे.

कोणी शास्त्रीय संगीत का शिकतं? कोणी शास्त्रीय संगीत का ऐकतं? ह्या मागे काहीतरी हेतू असेलच ना! तरीही हे सगळे हेतुनिष्ठ नाही असा कांगावा का केला जातो? 'लावणी', 'तमाशा', 'जलसा' सादर करणारे आणि ऐकणारे कमी दर्जाचे आणि शास्त्रीय संगीत सादर करणारे व ऐकणारे हे उच्च दर्जाचे अशी छुपी मानसिकता कलेच्या प्रांतात भेदभाव करत नाही का? जेव्हा कोल्हाट्याची पोर लावणी सादर करते तेव्हा ती 'नाची' ठरते आणि त्याच लावणीवर माधुरी दीक्षित नाचते तेव्हा ती

उद्रेक

'नर्तकी' ठरते. ही कोणती मानसिकता आहे? अभिजनवर्गाची मानसिकता वेगळी आहे आणि बहुजनवर्गाची मानसिकता वेगळी आहे. हे मान्य करण्यात काय अडचण आहे? ह्या देशात जातिव्यवस्था आहे हे मान्य करणार की नाही? हजारो वर्षे ह्या वेगळ्या जाती वेगवेगळ्या जातीय मानसिकतेमुळे टिकून राहिल्या आहेत हे मान्य करणार की नाही? प्रत्येकाच्या जन्मापासून जखडलेली मानसिकता कलेच्या निर्मिती आणि अभिरुचीवर परिणाम करत नाही का? कला हा प्रांत मानसिकतेशी निगडित नसतो का? बांधीलकी न मानणाऱ्यांना बांधीलकीवादी कला सवंग, प्रचारकी, हिणकस वाटते, तर बांधीलकी मानणाऱ्यांना बांधीलकी न मानणाऱ्यांची कला ही अहंकाराने पोसलेली, साडेतीन टक्क्यांची पाठराखण करणारी वाटते. हे सरळ सरळ दोन वाद आहेत. एकाने बांधीलकीला नावे ठेवावयाची आणि माझीच कला श्रेष्ठ म्हणायचे, तर दुसऱ्याने संपन्न रोम जळत असताना फिडेल वाजवणाऱ्या निरोची उपमा देऊन बांधीलकी न मानणाऱ्यांची निर्भर्त्सना करायची. कलावाद्याने म्हणायचे, आम्ही मानवतेचे पुजारी आहोत, विश्वात्मक आहोत, आम्ही कोणावर प्रहार करत नाही, आम्ही कलेचे भोक्ते आहोत, तर जीवनवाद्याने म्हणायचे, केवळ विशिष्ट वर्ग म्हणजे विश्वात्मकता नव्हे, विषम व्यवस्थेवर प्रहार न करणे म्हणजे विषम व्यवस्थेचा पुरस्कार करणे होय. म्हणूनच जीवनवादी कलावादाच्या तटस्थपणावर प्रहार करतात. द्रौपदीचे वस्त्रहरण होताना भीष्म, द्रोण तटस्थ होते. हा तटस्थपणा कसा महत्त्वाचा ठरतो? द्रौपदीचे वस्त्रहरण होताना श्रीकृष्ण वस्त्र पुरवतो. अन्यायावर आधारलेल्या विषम व्यवस्थेत तटस्थपणाची भूमिका घेणे म्हणजे अन्यायाची बाजू घेण्यासारखेच असते. अन्यायाच्या बाजूने न बोलणारी ही 'आयडॉलॉजी' असते. ह्या आयडॉलॉजीचे अन्यायाशी काही देणे घेणे नसते. कारण ते वरच्या वर्गात बसलेले असतात. सुरक्षित असतात. सुरक्षित वर्गाची मानसिकता आणि असुरक्षित वर्गाची मानसिकता ह्यात भेद असतो. दोघांमध्ये संघर्ष चालू असतो.

कलेची विश्वात्मकता म्हणजे काय? बेडकाला आपली विहीर विश्वासारखी वाटते. ही कूपमंडूकवृत्ती नव्हे का? आपल्या अभिजनवर्गापलीकडे एक बहुजनवर्ग आहे. त्या बहुजनवर्गातूनही लेखक उदयाला येत आहेत. अशा वर्गातल्या लेखकांना अभिजनवर्गाची कला खोटारडी, काल्पनिक वाटते.

उद्रेक

कारण अभिजनांच्या कलेत बहुजनांच्या हिताचे आणि रुचीचे काहीच नसते. मला एक महिला भेटली. ती प्रतिष्ठित आणि उच्चभ्रू होती. तिने माझी पुस्तके वाचली होती. ती म्हणाली, ''मी तुमची पुस्तके वाचली. ह्या पुस्तकात तुम्ही जे लिहिले आहे ते आजही समाजात आहे का?'' ज्यांना आपल्या जातीपलीकडे काय जळते आहे हे माहीत नाही त्यांनी विश्वात्मकतेची भूमिका घ्यायची आणि मानवतेच्या बाजूने बोलायचे हे ढोंग नव्हे का? अभिजनवर्गातले लेखक बहुजनवर्गातल्या लेखकांना सांगत असतात, 'आपली बांधीलकी सोडा, विचार सोडा आणि आमच्यासारखे लिहा. आमचे लेखन हे आदर्श आहे. तीच खरी कला आहे. असे लेखन करणे म्हणजे वैश्विक होय.' बहुजनवर्गातले लेखक अभिजनवर्गातल्या लेखकांना सांगत असतात. 'ह्या देशात हजारो वर्षांपासूनची विषमता आहे, इथे हजारो शोषित, पीडित, दलित राहातात. त्यांचे शोषण होत आहे. त्यांना साधी माणुसकीदेखील मिळत नाही. त्यांच्यासाठी लिहिण्याची गरज आहे. ही खरी मानवता आहे.' ह्या दोन भूमिका आहेत. प्रत्येकाला आपापल्या भूमिका प्रिय असतात. ती त्यांची जीवननिष्ठा असते. एक वर्ग परंपरेचा पूजक असतो. त्याला भगवद्‌गीता महत्त्वाची वाटते, त्याला मनुस्मृती प्रिय असते. दुसरा वर्ग हा परंपरेने पिडलेला असतो. त्याला भगवद्‌गीतेतील चातुर्वर्ण्य व्यवस्था अस्वस्थ करते. तो मनुस्मृतीचे दहन करतो. ह्या दोन्ही वर्गाच्या कलेकडून असलेल्या अपेक्षा वेगळ्या असतात. 'आहे रे' वर्गाला कलेकडून आनंदाची अपेक्षा असते. 'नाही रे' वर्गाला कलेकडून शोषणाविरुद्धचा उच्चार हवा असतो.

ताजमहाल पाहून सर्वांनाच आनंद होत असतो. समुद्र पाहून, धबधबा पाहून सर्वांनाच आनंद होत असतो. चंद्र, चांदण्या, फुलं, रम्य स्थळं, सौंदर्य पाहून सर्वांनाच आनंद होतो. इथं अभिजन आणि बहुजन असा फरक करता येत नाही. अंजिठा वेरुळच्या लेणी सर्वांनाच आवडतात. मलाही सुंदर स्त्री आवडते. तिचे सर्व अवयव आवडतात. मलाही निसर्ग आवडतो. इतकेच नव्हे तर अनेक अभिजनवर्गातील लेखकांनी लिहिलेल्या उत्तमोत्तम कलाकृती आवडतात. प्रभावित करतात. आनंद देतात. मी ह्या कलेला कधी हिणकस म्हणत नाही. अभिजनांनी बहुजनांविषयी लिहू नये किंवा बहुजनांनी अभिजनांविषयी लिहू नये किंवा अभिजनांनी बहुजनांचे वाचू नये आणि बहुजनांनी अभिजनांचे वाचू नये, असा कोणी वटहुकूम काढला नाही. कला

जशी आनंद देते, तशी प्रबोधनही करते अशी माझी भूमिका आहे. कलेने केवळ निखळ आनंद दिला पाहिजे अशा फतव्याला माझा विरोध आहे. कलेतून 'आनंद' मिळाला तर श्रेष्ठ कला आणि कलेतून 'स्वातंत्र्याच्या ऊर्मी' मिळाल्या तर कनिष्ठ कला अशी वर्गवारी करणे चुकीचे आहे. कलावंताचा कलेकडे पाहण्याचा पारंपरिक दृष्टिकोन बदलला पाहिजे. लेखकाचा आणि वाचकाचा कलेविषयीचा हेतू बदलला पाहिजे अशी भूमिका बांधीलकीतून व्यक्त होते. बहुजन समाजातल्या लेखक आणि वाचकाचा हेतू आणि अभिजनवर्गातल्या लेखक व वाचकाचा हेतू ह्यामध्ये हा संघर्ष निर्माण झाला आहे. त्यामुळेच मी कलावादाचे माहात्म्य नाकारतो. जीवनवादी साहित्यातही उच्च कलामूल्ये असतात. जीवनवादी साहित्य बांधीलकी आणि कलेने प्रेरित झालेले असते. परंतु कलावादाला बांधीलकीची 'ऑलर्जी' असते.

कलावादी मानसिकतेला माझ्या कविता आक्रमक, शिवराळ, भडक माथ्याच्या वाटणार आहेत. माझी अवस्था आणि अस्वस्थता कळून घ्यायची असेल तर आपले पूर्वग्रह बाजूला ठेवावे लागणार आहेत. आपला जातीय अंहकार आणि दंभ जोपासत दलित साहित्यातील वेदना आणि विद्रोहाचे आकलन करून घेता येणार नाही. दलित लेखकांची भूमिका आणि वाचकाची पूर्वग्रहदूषित जातीय वृत्ती ह्यामुळेच अभिरुचीमध्ये व्यत्यय निर्माण होतो. वाचकाची अभिरुची पारंपरिक साहित्याने आणि त्याच्या जातीय जाणिवांनी पोसलेली असते. ही वृत्तीच सौंदर्यास्वादात अडथळा निर्माण करत असते. 'आम्ही म्हणतो ती कला, आम्ही ठरवू ते सौंदर्य' हा जात्यांधपणा लोकशाही व्यवस्थेत कसा चालेल? मुळात हजारो वर्षांपासून धर्म, ईश्वर, राजा आणि सरंजामदारीचे गौरव करण्यासाठी आणि त्यांच्या ख्यालीखुशालीसाठी जोपासलेली 'कला' सर्वसामान्य माणसाच्या शोषणाविरुद्ध राबवण्यासाठी उच्च वर्गातला लेखक सहजासहजी राजी होणार नाही. त्याची ही खरी तक्रार आहे. विश्वात्मकता वगैरे काही नाही.

॥ १ ॥

दलित लेखकांच्या पुस्तकाविषयी वर्तमानपत्रात छापून येणारी परीक्षणे वाचून दलित साहित्याचा परिचय झाला. सन १९७६-७७ चा हा काळ

होता. नामदेव ढसाळांचा 'गोलपिठा', यशवंत मनोहरांचा 'उत्थानगुंफा', दया पवारांचा 'कोंडवाडा', ज. वि. पवारांची 'नाकेबंदी', प्रल्हाद चेंदवणकरांचा 'ऑडिट', अर्जुन डोंगळेंची 'छावणी हलते आहे' अशा कवितासंग्रहांवर वर्तमानपत्रातून अधूनमधून छापून येई. दलित साहित्याविषयी काहीही छापून आले, की आधाशासारखा मी ते वाचून काढी. दलित लेखकांची पुस्तके मात्र वाचायला मिळत नव्हती. त्यामुळे 'दलित साहित्य म्हणजे नेमके काय?' हे स्पष्ट होत नव्हते. ह्या काळात मी काल्पनिक नाटके लिहीत होतो. दलित साहित्यविषयक पुस्तक परीक्षणे वाचून दलित साहित्य लिहावं असं वाटत होतं. पण प्रत्यक्षात दलित लेखकांचे लेखन वाचायला मिळत नव्हते. त्यामुळे दलित साहित्य लिहिण्याचं साहस करत नव्हतो. नामदेव ढसाळांच्या आक्रमक आणि शिवराळ कवितांनी मात्र मला लिहितं केलं इथं हे पुन्हा मुद्दाम नमूद करणं आवश्यक आहे. नामदेव ढसाळांचा कवितासंग्रह वाचायला मिळत नव्हता. नामदेव ढसाळांच्या कवितांमधल्या शिव्यांची आमच्यात खूप चर्चा व्हायची. अत्रेंचा विनोद आणि ढसाळांची कविता या दोन्ही गोष्टी चवीने ऐकण्याचा आणि सांगण्याचा विषय व्हायचा. ढसाळांच्या कवितेत शिव्या आहेत म्हणून आपल्याही कवितेत शिव्या असल्या पाहिजेत, असे वाटू लागले. दलित कवितेत शिव्या असतात अशी समजूत झाली. कवितेतून शिव्या देणं ही अफलातून करामत वाटायची. यापूर्वी अभ्यासक्रमातून शिकलेली कविता लय, छंदोबद्ध, ताल, गेयता, चाल आणि अलंकारप्रचुर अशी होती. ह्या पार्श्वभूमीवर कवितेमध्ये शिव्या ओतणे ही भन्नाट कल्पना वाटली. अलंकारापेक्षा शिव्या मला अकृत्रिम वाटल्या. शिव्या हा आमच्या नित्याच्या जगण्याचा अविभाज्य भाग होता. दुसरे म्हणजे प्रस्थापित व्यवस्थेविरुद्ध शिव्या देणे हा तर आवडीचा आणि मनापासून वाटणारा विषय होता. देवधर्माला शिव्या देताना मला खूप आनंद होऊ लागला. ज्या देवाधर्माने आम्हाला सडवले त्या देवाधर्माला शिव्या देणे ही अत्यंत उत्स्फूर्त आणि सहज अशी प्रतिक्रिया होती. त्यामुळे माझी कविता ही माझ्या मनातील चिडीची अभिव्यक्ती ठरली. असे असले तरी दलित साहित्याच्या संपूर्ण स्वरूपाविषयी मी अनभिज्ञ होतो.

सन १९७८. मी एम. ए. च्या प्रथम वर्गात शिकत होतो. तेव्हा मला 'विद्रोहाचे पाणी पेटले आहे' हे गंगाधर पानतावणे सरांचे पुस्तक वाचायला

मिळाले. हे माझ्या आयुष्यातील पहिले दलित साहित्याविषयीचे पुस्तक होते. हे पुस्तक मिळाल्यानंतर मला जो आनंद झाला होता, तो केवळ अवर्णनीय होता. वर्तमानपत्रातून 'विद्रोहाचे पाणी पेटले आहे' याविषयी मी वाचले होते. दुसरे पुस्तक वाचले ते 'बहिष्कृत भारतातील अग्रलेख' हे रत्नाकर गणवीर यांनी संपादित केलेले. बाबासाहेब आंबेडकरांचे मी वाचलेले हे पहिले लेखन होते. हे पुस्तक वाचून माझ्या मानसिकतेत प्रचंड उलथापालथ झाली.

माझ्या मनात दलित साहित्याविषयी प्रखर जाणीव निर्माण करणारा ग्रंथ म्हणजे भालचंद्र फडके ह्यांनी लिहिलेला 'दलित साहित्य: वेदना आणि विद्रोह' हा समीक्षा-ग्रंथ होय. हे पुस्तक वाचून पुढे दलित साहित्यावर पीएच. डी. करण्याची मनात इच्छा निर्माण झाली. ह्या पुस्तकामुळे 'दलित साहित्य' म्हणजे ह्याची जाणीव झाली. यशवंत मनोहरांचे 'दलित साहित्य : सिद्धांत आणि स्वरूप' ह्या पुस्तकानेही माझी भूमिका तयार व्हायला मदत केली. दया पवारांचा 'कोंडवाडा' हा कवितासंग्रह वाचण्यात आला आणि दलित कविता लिहू लागलो. विलास वाघ यांचा 'सुगावा' आणि गंगाधर पानतावणे यांचे 'अस्मितादर्श' ह्या नियतकालिकांमधून माझ्या कविता प्रकाशित होऊ लागल्या. माझ्या साहित्यिक जीवनातील पहिली क्रांतिकारक घटना म्हणजे उस्मानाबादमध्ये झालेला अस्मितादर्श लेखक-वाचक मेळावा. नामांतराचा तणाव होता. अशा तणावातही हा मेळावा झाला होता. एकीकडे तणाव अनुभवत होतो, तर त्याचवेळेला ह्या तणावाविरुद्ध लढण्याची ऊर्मीही मनात उफाळून येत होती. मला वाटतं, ह्याच मानसिकतेने मला कविता लिहायला प्रवृत्त केले आहे.

मी दलित लेखक म्हणून घडण्याचे सर्व श्रेय अस्मितादर्श लेखक-वाचक मेळाव्यांनाच देतो. दर वर्षी होणाऱ्या मेळाव्यामुळे अनेक दलित लेखकांचा परिचय होऊ लागला. दलित लेखकांना जवळून भेटणं, बोलणं, पाहाणं हा मनाला उभारी देणारा अनुभव वाटायचा. ह्या मेळाव्यामुळे दलित साहित्याविषयीची भूमिका अधिक स्पष्ट होऊ लागली. हे मेळावे म्हणजे माझ्यासाठी कार्यशाळा वाटायच्या. अस्मितादर्शचा प्रत्येक अंक वाचण्यासाठी प्रचंड प्रतीक्षा असायची. अस्मितादर्शच्या संस्कारामुळेच मी माझ्या मुलीचे नाव 'अस्मिता' असे ठेवले.

उद्रेक

अस्मितादर्श, अस्मितादर्श लेखक-वाचक मेळावा आणि गंगाधर पानतावणे सर यांच्यामुळे मी झपाट्याने दलित लेखक म्हणून परिचित झालो. जनार्दन वाघमारे ह्यांचे 'निग्रो वाङ्मय: साहित्य आणि संस्कृती' ह्या ग्रंथानेही 'दलित जाणीव' माझ्या मनात ठासून भरली. कवितेनं मी माझी उमेदवारी सुरू केली. एका दिवसात चार चार, पाच पाच कविता लिहायचो. दिवसभर कविता एके कविता हाच विचार असायचा. दलित कवितेनं संपूर्ण मन आणि भावविश्व व्यापलं होतं. हा नामांतर आंदोलनाचा काळ होता.

ज्यावेळी मला दलित साहित्याचा परिचय झाला, त्याचवेळी मला 'दलित पँथर' ह्या चळवळीचाही झंझावात समजला. विद्यार्थी असतानाच मी पँथर चळवळीत सामील झालो होतो. दलित पँथर, नामांतराची चळवळ आणि अस्मितादर्श ह्यामुळे माझं समग्र व्यक्तित्व बदलून गेलं. पँथर आणि नामांतर ह्यामुळं मनात प्रचंड निखारे फुलू लागले. मन म्हणजे आगीचा लोळ वाटू लागले. प्रचंड संतापाने मस्तक बेभान होऊ लागले. अन्यायाविरुद्धची चीड तीव्र होत गेली. हातात बंदूक घेऊन अन्याय करणाऱ्यांवर गोळ्या झाडल्या पाहिजेत, असं वाटू लागलं. प्रचंड संघर्षातून स्वत:ला समजून घेताना आत्मसम्मानाची तीव्र जाणीव झाली. बाबासाहेब आंबेडकरांविषयीची प्रचंड निष्ठा आणि आंबेडकरी चळवळीवरून हजारो मरणं ओवाळून टाकावीत असं उदंड प्रेम ह्यांची जाणीव झाली. मनातला उद्रेक, चीड, संताप, बंड, शिव्या, धग, संघर्ष ह्या सगळ्यांमागे बाबासाहेबांचा विचार आहे, याची जाणीव झाली. बाबासाहेब म्हणजे आपली ऊर्जा आहे, प्राण आहे. बाबासाहेबांना वजा केले तर आपण संपून जाऊ, आपल्याला काहीच अर्थ उरणार नाही, अशी जाणीव होऊ लागली. बाबासाहेबांच्या पुतळ्याकडे अति भक्तिभावाने पाहणे, बाबासाहेबांचा फोटो भावनावश होऊन पाहत राहाणे, बाबासाहेबांच्या आठवणीने डोळ्यांत टचकन पाणी येणे, अशी मानसिकता झाली. आपण सगळ्यात जास्त बाबासाहेबांवर प्रेम करतो, बाबासाहेबांइतके दुसरे काही प्रिय असू शकत नाही, अगदी बायको मुलेही, अशी ही अवस्था होती. ह्या अवस्थेनंच मला हातात लेखणी दिली. पहिल्या साठ सत्तर कविता 'ज्वालामुखी' ह्या नावाने महाराष्ट्र राज्य साहित्य संस्कृती मंडळाकडे पाठवल्या. पानतावणेसरांनी ह्या काव्यसंग्रहासाठी शिफारस केली होती पण अनुदान मिळाले नाही. हस्तलिखित परत मिळाले. दरम्यानच्या काळात पुन्हा नवीन कविता लिहिल्या

उद्रेक

होत्या. ह्या नवीन कवितांची भर घालून 'पानगळ' नावाने अनुदानासाठी हस्तलिखित पाठवले. ह्या हस्तलिखिताला अनुदान मिळाले. दरम्यानच्या काळात पुन्हा नवीन कविता लिहिल्या होत्या. ह्या नव्या कवितांची भर घालून 'उत्पात' नावाचा पहिला कवितासंग्रह प्रकाशित झाला. ह्या संग्रहाला गंगाधर पानतावणे व नरहर कुरुंदकर ह्यांनी प्रस्तावनापर लिहिलं. नरहर कुरुंदकर ह्यांनी लिहिलेली ही शेवटची प्रस्तावना. त्यानंतर त्यांचे निधन झाले. ह्याचा उल्लेख अनेकवेळा प्रजावाणीचे संपादक सुधाकर डोईफोडे ह्यांनी माझ्याकडे केला. मी दलित कवी म्हणून परिचित होताना सुधीर गव्हाणे ह्यांनीही मला मदत केली आहे. आम्ही दोघे टेलिफोन ऑपरेटर म्हणून अहमदपूर येथे नोकरी करत होतो. त्यामुळे आमची खूप मैत्री झाली होती.

अस्मितादर्शमधून माझी 'दंगल' ही कादंबरी प्रकाशित झाली. १९८० नंतरच्या दलित कवितांवर क्रमश: लेखमाला प्रकाशित झाली. 'अक्करमाशी' या आत्मकथनाचे काही भाग क्रमश: प्रकाशित झाले. त्यामुळे दलित लेखक म्हणून माझा नावलौकिक झाला. 'बलुतं' आणि 'उपरा' या आत्मकथांच्या वादळी चर्चेमुळे मला आत्मकथा लिहिण्याचं बळ मिळालं. मला माझं जीवन इतरांपेक्षा वेगळं आणि स्फोटक वाटलं. अस्मितादर्शमधील माझं आत्मकथन वाचून केशव मेश्राम ह्यांनी ते श्रीविद्या प्रकाशन, पुणे ह्यांना छापण्याविषयी सुचवले. मेश्रामसरांनी मला पत्र पाठवून 'अक्करमाशी' चे हस्तलिखित श्रीविद्या प्रकाशनाकडे पाठवण्यास सांगितले. 'अक्करमाशी' ह्या पुस्तकाची प्रचंड चर्चा झाली. त्यामुळे माझी ओळख 'अक्करमाशी' चा लेखक म्हणून झाली. अक्करमाशीमुळे मोजक्या आणि महत्त्वाच्या दलित लेखकांमध्ये माझी गणना होऊ लागली. एखाद्या पुस्तकामुळे लेखक किती मोठा होऊ शकतो ह्याचे हे प्रत्यंतर होते. मलिका अमर शेख ह्यांची 'मला उद्ध्वस्त व्हायचंय' ही माझी आवडती आत्मकथा आहे. त्यांची लेखनशैली मला मनापासून आवडते. नामदेव ढसाळ आणि मलिका अमर शेख ह्या दोघांचाही माझ्यावर प्रभाव आहे.

माझं लेखक म्हणून नाव झालं. त्यामुळं माझं साहित्य छापण्यामधल्या सर्व अडचणी दूर झाल्या. इतकेच नव्हे तर माझ्याकडून साहित्याची मागणी होऊ लागली. पूर्वी भरभरून सुचायचं म्हणून लिहायचो. आता कोणीतरी छापण्यासाठी मागतो आहे म्हणून लिहू लागलो. कोणीतरी लकडा लावल्याशिवाय

लिहून होत नाही अशी अवस्था होऊ लागली. हात लिहिता राहिला पाहिजे, प्रत्येक वर्षी आपलं एखादं पुस्तक आलं पाहिजे म्हणून लिहिण्यात सातत्य ठेवावं लागलं. केवळ आपण एकट्यानेच लिहिण्याने सामाजिक परिवर्तनाची गरज संपणार नाही. ह्यासाठी अनेकांनी लिहिलं पाहिजे, ही माझी पूर्वीपासूनची भूमिका आहे. त्यामुळे मी अनेक विषयांवर संपादने केली. ह्यामुळे अनेकांच्या मागे लागून लेखन मिळवता आले. मान्यवर लेखकांकडून आग्रहाने लेखन मिळवून संपादनात समाविष्ट केलं. अशा मान्यवरांच्या बरोबरीने अनेक नवोदित लेखकांचं लेखन मिळवून छापलं आहे. ह्यातून अनेकजण लेखनाकडे वळले आहेत. अनेक संपादित पुस्तके प्रकाशित केल्यामुळे अनेक लेखकांबरोबर मैत्री होऊ शकली. सामुदायिक लेखनाचा अनुभव ह्यामुळे आला. विविध विषयांवरील संपादनामुळे वाचकांची जशी सोय झाली, तसे वाचकांपुढे सतत जाण्याची संधीही मला मिळाली. ह्या संपादनामुळे अभ्यासकांची सोय झाली आहे. त्यांना दुर्मिळ साहित्य उपलब्ध झाले आहे. संपादित पुस्तकांना प्रस्तावना लिहिण्याचा सराव झाल्यामुळे मला काही मित्रांच्या पुस्तकांना प्रस्तावना लिहिता आल्या. बऱ्याच वेळा मी प्रस्तावना लिहिण्याचे टाळतोच. पुस्तके संपादित केल्यामुळे हस्तलिखित वाचण्याची सवय वाढली. पुस्तकांपेक्षा हस्तलिखित वाचण्यात रस वाढला. इतरांकडून लिहून घेण्याची वृत्ती वाढली. ह्यामुळे पुढल्या काळात काही चांगल्या दलित आत्मकथा प्रकाशित झाल्या. ह्यात मीपणा काहीच नाही. लक्ष्मण गायकवाड यांचे 'उचल्या', किशोर काळे ह्यांचे 'कोल्हाट्याचं पोर', बाळासाहेब गायकवाड यांचे 'ख्रिस्ती महार', इब्राहिम खान ह्यांचे 'मुस्लिम महार', अशोक पवार ह्यांचे 'बिराड', भगवान इंगळे ह्यांचे 'ढोर' अशा आत्मकथांच्या लेखनात आणि ही पुस्तके प्रकाशित होण्यात मी खारीचा वाटा उचलला आहे. ह्याचे सगळे श्रेय लक्ष्मण गायकवाड ह्यांनाच जाते. लक्ष्मण गायकवाड ह्यांच्या 'उचल्या' ह्या आत्मकथेला साहित्य अकादमीचा पुरस्कार मिळाला. हा पुरस्कार मिळाल्यानंतर लक्ष्मण गायकवाड ह्यांना प्रचंड प्रसिद्धी मिळाली. त्यांना अनेक पुरस्कार मिळाले. त्यांची अनेक भाषणे झाली. त्यांच्या अनेक मुलाखती प्रकाशित झाल्या. ह्या प्रत्येक वेळी लक्ष्मण गायकवाड ह्यांनी माझा उल्लेख केला. त्यामुळे पुढल्या काळात अनेकांनी आपल्या आत्मकथांची हस्तलिखिते वाचण्यासाठी माझ्याकडे पाठवली. लक्ष्मण गायकवाड हे माझ्या आयुष्यातील एक दुर्मिळ मित्र आहेत. अनेक ठिकाणी अनेकवेळा आम्ही दोघे एकत्र

गेल्यामुळे आमची मैत्री लोकांना ज्ञात झाली. 'अक्करमाशी' पेक्षा 'उचल्या' तील अनुभव दाहक आहेत. त्यामुळे लक्ष्मण गायकवाड माझ्यापेक्षा सरस लेखक ठरले आहेत. अशोक पवार ह्यांचे 'बिराड' ही माझी आणखी एक आवडती आत्मकथा आहे. 'बिराड' मधील अनुभवच नव्हे तर लेखनशैली ही अत्यंत उच्च दर्ज्याची आहे.

माझं संपूर्ण आयुष्य अगदी आजपर्यंतचं, अनेक समस्यांनी विणलेलं आहे. एखाद्या गुन्हेगाराने आपल्यावर सुरा उगारावा तसा सततचा ताण माझा पिच्छा पुरवतो आहे. तरीही मी वाचतो. लिहितो. जेव्हा जेव्हा मी प्रचंड तणावात असतो तेव्हा तेव्हा लिहितो आणि तणावमुक्त होतो. मी आनंदी आहे, मला लिहावंसं वाटतं आहे, मला सुचत आहे, आता मला लिहिलं पाहिजे अशी विलोभनीय वृत्ती खूप कमी वेळा येते. आपल्याला लिहायचं आहे, लिहिलंच पाहिजे. सुचो वा ना सुचो, कागद पेन घेतला पाहिजे, लिहिण्याची गरज आहे अशा भावनेतून मी लिहू लागतो. रात्री झोप येईपर्यंत लिहितो. हात दुखेपर्यंत लिहितो. सुचू लागतं आणि हात प्रचंड वेगाने धावू लागतो. आता हात दुखू लागतो. पाठ दुखू लागते. तरीही त्याची तमा करत नाही. हजारो वर्षांची प्रचंड व्यवस्था खणून काढावी लागणार आहे. लिहून झाल्यावर झोपतो. पुन्हा सुचले की उठतो, लिहितो. रात्रीचे दोन, तीन, चार वाजतात. कधी कधी तर रात्री झोप येत नाही. अधूनमधून उठणे, लिहिणे, झोपणे, पुन्हा उठणे आणि लिहिणे असा प्रकार होत राहतो. माझं एखादं पुस्तक अपूर्ण असेल तर ते पूर्ण होईपर्यंत मी खूप अस्वस्थ असतो. हे पुस्तक पूर्ण व्हायच्या आधी मी मेलो तर ह्या अर्धवट पुस्तकाचे काय होईल असा विचार अनेक वेळा त्रस्त करतो. किमान अर्धवट पुस्तक तरी छापले जावे, ते प्रकाशकाकडे पत्नीला देता यावे म्हणून लिहिलेली सर्व पाने व्यवस्थित एकत्र लावून ठेवतो. बायकोला लेखन चालू असलेल्या पुस्तकाची पूर्ण कल्पना दिलेली असते. खरे तर मी मेल्यावर माझ्या बायको-मुलांचे काय होईल ह्याहीपेक्षा अर्धवट पुस्तक कसे पूर्ण होईल, हा विचार अधिक प्रबळ असतो. माझे पुस्तक लिहून पूर्ण झाल्यानंतर मी त्या क्षणी, त्या दिवशी खूप आनंदी असतो.

लिहिण्यापूर्वी खूप विचार करणे, कथानकाची जुळवाजुळव करणे, असे प्रकार करत नाही. लिहू लागतो आणि आपोआप बंद गुहांचे दरवाजे उघडू

लागतात. लेखनाला प्रत्यक्ष सुरुवात करण्यापूर्वी अनेकदा काय लिहावे हा प्रश्न असतो. पण लिहायला लागल्यानंतर टॉप स्पीडने लेखणी पळू लागते. अलीकडे वाचन खूप कमी होताना जाणवते. खूप लिहायचे आहे आणि आयुष्य आता थोडे राहिले आहे ह्याची जाणीव अस्वस्थ करते.

शोषण आणि सेक्स ह्याविषयी लिहिताना मी अधिक प्रबळ होतो. समता, स्वातंत्र्य आणि न्याय ह्या भावना माझ्यावर सतत स्वार झालेल्या असतात. मानवाधिकार हा माझ्या चिंतनाचा विषय असतो. दलितांविषयीच लिहायचं हे मी ठरवून घेतलं आहे. कारण हजारो वर्ष दलितांवर कोणी लिहिलं नाही, त्यांना लिहिण्या-शिकण्याची बंदी होती. आता आम्ही लिहू लागलो आहोत तर हा अनुशेष दूर करणे ही आमची पहिली प्राथमिकता आहे. आम्हीही दलितांकडे कानाडोळा केला तर ती ऐतिहासिक चूक होईल. सामाजिक परिवर्तनासाठी लिहिणे ही गरज आहे. दलित साहित्य हे आजचे क्रांतिविज्ञान आहे ह्या भूमिकेतून मी लिहितो. सुरुवातीला महाराष्ट्र व मराठी भाषा माझ्यासाठी कर्तृत्व गाजवणारा आखाडा होता. आता महाराष्ट्रापेक्षा आणि मराठीबाहेरही खूप मोठे जग आहे, तिथे आपल्याला अधिराज्य गाजवायचे आहे, ह्या महत्त्वाकांक्षेने मी झपाटलो आहे. महाराष्ट्राबाहेरही खूप दलित आहेत, भारताबाहेरही खूप दलित आहेत. हिंदू धर्मातही दलित आहेत, हिंदू धर्माबाहेरही दलित आहेत. आपण ह्या सर्वांचं देणं लागतो. मुळात बाबासाहेबांनी ही दीक्षा दिलेली आहे. त्याला आपण जागलं पाहिजे. मी लिहितो म्हणजे जागल्याचं काम करतो, असेच म्हणावे लागेल.

केवळ लेखन करणं एवढंच माझ्यापुढचं ध्येय नव्हतं. हा काळ दलित साहित्याला समृद्ध आणि स्थिरस्थावर करण्याचा होता. टीकाकारांना रचनात्मक उत्तर देण्याचा हा काळ होता. दलित साहित्याची विविध वाङ्‌मयप्रकारातील समृद्धी वाढविण्यासाठी आघाडीच्या लेखकांनी सगळेच वाङ्‌मयप्रकार हाताळणे आवश्यक होते. 'दलित लेखक आत्मकथा लिहून एका पुस्तकात संपतो' ह्या टीकेला उत्तर द्यायचं होतं. दलित कादंबरी उपेक्षित आहे, हेही ऐकताना मी अस्वस्थ होत होतो. त्यामुळे ठरवून मी कादंबरी लेखनाला सुरुवात केली. उपल्या (१९९८), हिंदू (२००३), बहुजन (२००६) ह्या शृंखलात्मक कादंबऱ्या लिहिल्या. 'उपल्या' ची दखल घेतली गेली. 'हिंदू' मात्र उपेक्षितच राहिली. 'नेमाडे' हिंदू लिहिणार होते. 'लिंबाळे'नी हिंदू लिहिली अशा

विधानापलीकडे काहीच ऐकायला मिळालं नाही. त्यानंतर 'बहुजन' ही कादंबरी प्रकाशित झाली. सामाजिक ध्रुवीकरणाची स्पंदने टिपणारी ही कादंबरी आहे. खरे तर ह्या तीनही राजकीय कादंबऱ्या आहेत. डॉ. बाबासाहेब आंबेडकर निर्वाणोत्तर काळातल्या समकालीन वास्तवाला डोळ्यांपुढं ठेवून ह्या कादंबऱ्या लिहिल्या आहेत. इतरांचं जाऊ दे, दलित लेखकांनीदेखील ह्या कादंबऱ्या वाचल्याचे जाणवले नाही. पूर्वी एखादं पुस्तक प्रकाशित व्हायचं आणि त्याची चौफेर चर्चा व्हायची. अलीकडे अनेक चांगली दलित पुस्तके प्रकाशित होत आहेत, पण त्यांच्याविषयी कोणीच बोलत नाही. 'दलित लेखक माजले आहेत, त्यांचा माज उतरला पाहिजे. उगीच त्यांना डोक्यावर चढवण्यात अर्थ नाही, ते आहेत त्या जागीच ठीक आहेत.' असा छुपा जातिवाद साहित्यातही वावरत असावा, असा संशय येतो.

अस्मितादर्शच्या दिवाळी अंकात 'दंगल' ही माझी कादंबरी प्रकाशित झाली. त्यानंतर ह्या कादंबरीतल्या भाषेवर अनेकांनी नापसंती व्यक्त केली. ह्या कादंबरीतली भाषा शिवराळ आणि बोलीभाषा आहे. ग्रामीण साहित्यातल्या भाषेचं जेवढं कौतुक होतं, तेवढं कौतुक प्र. ई. सोनकांबळे सोडले तर अन्य लेखकांच्या वाट्याला आलेलं नाही. दलित लेखकांची आक्रमक शैली आणि अहंभाव दुखावणारा शिवराळपणा ह्यामुळे दलित लेखकांच्या शैलीकडे सर्वांनीच दुर्लक्ष केलेले दिसते. दलित साहित्याची सगळी समीक्षा समाजशास्त्रीय चर्चेने ओतप्रोत भरली आहे. वस्तुनिष्ठ समीक्षेचा अभाव आजही जाणवतो. ही गरज ओळखून मी समीक्षालेखन केलं. दलित साहित्याचे सौंदर्यशास्त्र (१९९६), साहित्याचे निकष बदलावे लागतील (२००५), ब्राह्मण्य (२००७), ही समीक्षेवरील पुस्तके आहेत. केवळ पुस्तकांच्या शीर्षकाजवळच समीक्षकांच्या प्रतिक्रिया थांबलेल्या दिसल्या. मला एक जाणवलं, ते म्हणजे मातंग समाजातल्या लेखकांनी कसदार कादंबरीलेखन केलं आहे. अण्णाभाऊ साठे, उत्तम बंडू तुपे व नारायण कांबळे ह्यांचं कादंबरीलेखन मला उत्कृष्ट दर्जाचं वाटलं आहे. 'फकिरा', 'झुलवा' आणि 'राघववेळ' ह्या उत्कृष्ट दलित कादंबऱ्या आहेत. भटक्या-विमुक्त समाजातील लेखकांच्या आत्मकथांनी दलित साहित्याचा परीघ विस्तारला आहे. लक्ष्मण माने ह्यांची 'उपरा', लक्ष्मण गायकवाड ह्यांचे 'उचल्या' आणि अशोक पवार यांचे 'बिराड' ह्या आत्मकथांमुळे भटक्या-विमुक्त जातीतल्या लेखकांचा दबदबा स्पष्ट जाणवतो.

उद्रेक

कविता, कथा, नाटक ह्यामध्ये बौद्ध, पूर्वाश्रमीच्या महार लेखकांचा हातखंडा आहे. ढसाळांची कविता, बागुलांची कथा, दत्ता भगत, प्रेमानंद गज्वी, संजय पवार ह्यांची नाटके याला मराठी साहित्यात तोड नाही. वैचारिक लेखनात पुन्हा बौद्ध लेखकच अग्रेसर असल्याचे दिसतील. चर्मकार समाजातील राम दुतोंडे, ना. म. शिंदे, लहु कानडे आणि नामदेव व्हटकर ह्यांचं लेखन मला नेहमीच आवडलं आहे. 'रापी जेव्हा लेखणी बनते,' 'मेलेलं पाणी,' 'क्रांतीपर्व', 'मु. पो. देवाचे गोठणे' आणि 'जातीला जात वैरी' ही चर्मकार समाजातील लेखकांची महत्त्वाची पुस्तके आहेत. वाहारू सोनवणे, भुजंग मेश्राम, नजूबाई गावित ह्या आदिवासी लेखकांनी दलित साहित्य समृद्ध केले आहे. त्यामुळे दलित साहित्याची ओळख ही एकजातीय राहिली नाही. आरपीआय किंवा दलित पँथरसारख्या संघटना एकजातीय राहिल्या. त्यामुळे त्या आवर्तात सापडल्या. निष्प्रभ ठरल्या. दलित साहित्याचे तसे झाले नाही. दलित साहित्यात सगळ्याच दलित जाती समाविष्ट झाल्याचे दिसते. इतकेच नव्हे, तर प्रगतिशील विचारांचे दलितेतर लेखक-समीक्षक जेवढ्या मोठ्या प्रमाणात दलित लेखकांनी आपल्यासोबत घेतले, तेवढ्या मोठ्या प्रमाणात दलित नेत्या-कार्यकर्त्यांनी पुरोगामी नेतृत्वाला जवळ केल्याचे दिसत नाही. दलित चळवळ एकांड्या शिलेदारासारखी काम करताना दिसते. दलित साहित्य मात्र याबाबत निराळे आहे, हे लक्षात घेतले पाहिजे. ही व्यापक सामाजिक, राजकीय हिताची भूमिका घेऊन मी लेखन करतो. सगळ्या बहुजन समाजाला आपल्या दिशेने वळवायचे आहे, ही काळाची गरज आहे. 'दंगल' ह्या पहिल्या कादंबरीतील भाषा आणि 'उपल्या', 'हिंदू' व 'बहुजन' मधील भाषा ह्यात खूप तफावत आहे. दलित साहित्याच्या सुरुवातीच्या काळात सगळेच बोलीभाषेचं समर्थन करीत होते. प्रमाणभाषेवर हल्ला चढवत होते. प्रमाणभाषेकडे दलित जीवनाचे संदर्भ असलेले शब्द नाहीत, असे बोलले जात होते. 'मायीला' आई कसं म्हणायचं हा प्रश्न विचारण्याचा हा काळ होता. आता हा काळ बदलला आहे. दलित मध्यमवर्गात पप्पा, मम्मी, डॅडी, बाबा, आई असे शब्द ऐकायला मिळत आहेत. दलितांची कॉन्व्हेंटमध्ये शिकणारी मुले दलित साहित्य वाचत नाहीत. त्यांना दलित साहित्याची भाषा कळत नाही. बोलीपेक्षा प्रमाण भाषा सहज वाचली जाते. हे लक्षात घेऊन पुढल्या काळात मी प्रमाण भाषेतच लेखन

उद्रेक

केले. प्रमाणभाषेला कलात्मक चेहरा देण्याचा प्रयत्न केला. प्रमाण भाषेतही आम्ही लिहू शकतो, हेही दाखवून द्यायचं होतं, दुसरं महत्त्वाचं कारण म्हणजे बोली भाषेतल्या अनुभवांचा अनुवाद हा प्रमाण भाषेतच होतो. मराठी बोलीतले पुस्तक जेव्हा अन्य भाषेत जाते तेव्हा ते प्रमाण भाषेत असते. अनुवादित झालेले प्रमाण भाषेतील पुस्तक चर्चित होते. त्यामुळे बोलीपेक्षा त्यातला अनुभव महत्त्वाचा आहे. हा अनुभव कोणत्याही भाषेत गेला तरी तो श्रेष्ठ दर्ज्याचा ठरतो. त्यामुळे बोलीचा आग्रह आणि अभिनिवेश ह्याला मी थारा दिला नाही. 'अक्करमाशी' हे बोलीभाषेत होते. ते 'पुन्हा अक्करमाशी' ह्या नावाने प्रमाण भाषेत लिहिले हे अनेकांना आवडले नाही. पण पुस्तकाच्या आवृत्त्या निघत आहेत. वाचक वाचतो आहे. दलित लेखक बोलीभाषेत अडकून पडू नये, असं मला वाटतं.

दलित एका जातीत नाहीत, ते अनेक जातीत आहेत. दलित एका धर्मात नाहीत, ते अनेक धर्मात आहेत. दलित एका प्रदेशात नाहीत, ते अनेक प्रदेशांत आहेत. भारताच्या अनेक प्रादेशिक भाषांत दलित साहित्य निर्माण होत आहे. भारतीय साहित्यामध्ये दलित साहित्याचं वेगळं स्वतंत्र स्थान निर्माण झालं आहे. मराठीतली दलित साहित्य चळवळ गेली पन्नास वर्षे लेखन करत असून, आजही दलित साहित्याचं नाव काय असावं ह्यात गोंधळ दिसून येतो. दलित राजकीय चळवळ ऐक्यापलीकडे जात नाही, आणि दलित साहित्यिक चळवळ साहित्याचे नाव काय असावे ह्यापलीकडे जाऊ इच्छित नाही. पुन्हा साहित्याच्या नावाची चर्चा करणारे सगळे महाभाग असाहित्यिक आहेत अशी चर्चा करणाऱ्यांनी आपलं भारतीय साहित्यातील स्थान काय आहे ह्याचा एकदा विचार तरी करावा. मराठी लेखकांना भारतीय दलित साहित्याचं नेतृत्व करायचं आहे, हे विसरून चालणार नाही.

|| २ ||

'दलित' हा शब्द हिंदू अनुसूचित जातींचा निर्देश करण्यासाठी सर्रास वापरला जात आहे. दलित साहित्य म्हणजे हिंदू दलितांचे साहित्य अशीच चर्चा होताना दिसते. आता त्यात बौद्ध दलितांची भर पडत आहे. दलित म्हणजे केवळ हिंदू अनुसूचित जाती नव्हेत. दलित म्हणजे अनुसूचित जाती-जमाती आणि धर्मान्तरित हिंदू अनुसूचित जाती-जमाती होत. त्यामुळे बौद्ध दलित, ख्रिश्चन दलित, मुस्लिम दलित, शीख दलित आणि हिंदू

उद्रेक

दलित ह्या सर्वांचा 'दलित' शब्दामध्ये समावेश होतो. राष्ट्रीय स्तरावर धर्मान्तरित खिस्ती दलितांचे साहित्यही मोठ्या प्रमाणात चर्चित ठरत आहे. धर्म कोणताही असो, प्रदेश कोणताही असो, भाषा कोणतीही असो, तिथल्या दलितांची वेदना ही माझी वेदना आहे, ही दलितांची वैश्विक जाणीव होय. दलितांची वैश्विक जाणीव म्हणजे अभिजन व बहुजनांना एकत्र करणे नव्हे. जोपर्यंत विषमतेचा समूळ विध्वंस होत नाही, तोपर्यंत हीच भूमिका राहील. हीच भूमिका दलित लेखकाला प्रभावित करेल.

भारताबाहेरही दलित आहेत. पाकिस्तान, नेपाळ, बांग्लादेश, पूर्व आफ्रिका, केरेबिअन, यु.एस्.ए. आणि यु.के. मध्येही दलित आहेत. तेही जातीवादाचे शिकार आहेत. भारताबाहेर हिंदू गेले आहेत. जाताना आपल्या जाती घेऊन गेले आहेत. आणि तिथेही जातीवादी मनोवृत्तीतून दलितांचा छळ करत आहेत. काळ्यांचाही गोऱ्यांकडून असाच छळ होतो आहे. ह्या सगळ्यांना 'दलित' ह्या शब्दाच्या कक्षेत आणलं पाहिजे. अशी आपली भूमिका असली पाहिजे. ह्या सगळ्यांच्या मुक्तीचा विचार हा आंबेडकरी विचार आहे. अशी आपली निष्ठा असली पाहिजे.

'उत्पात' मधील आणि 'श्वेतपत्रिका' मधील निवडक कवितांचा हा 'उद्रेक' आहे. सुरुवातीच्या काळात काव्यलेखन करताना शिव्यांचा जसा सर्रास वापर झाला, तसा पौराणिक प्रतिमांचाही वापर झाला. पुराण प्रतिमा वापरू नये अशी टीका होऊ लागली. ज्या पुराणांमध्ये विषमता आहे, त्या पुराणातील प्रतिमा का वापरायच्या? दलित कवींनी नवीन प्रतिमा तयार केल्या पाहिजेत, असा आग्रह होऊ लागला.

माझ्या लेखनात पुराण प्रतिमा खूप येतात. एक तर हा उमेदवारीचा काळ होता. दुसरे म्हणजे दलित साहित्याची सगळी वैशिष्ट्ये स्पष्ट होण्याचा हा काळ होता. मी माझ्या बालपणी पुराण साहित्य खूप वाचलं होतं. त्याचाही हा प्रभाव होता. माझ्या मनातील अस्वस्थता, अगतिकता, आक्रमकता ह्याचा स्फोट माझ्या कवितेत झाला आहे. नवनिर्माणासाठी पेरलेल्या सुरुंगांसारखी ही कविता आहे. विषमतेला उद्ध्वस्त करून समता प्रस्थापित करण्यासाठी केलेला हा अनेक सुरुंगांचा स्फोट आहे, उद्रेक आहे.

शरणकुमार लिंबाळे

उद्रेक

अनुक्रमणिका

❑ **शरणकुमार लिंबाळे यांचे प्रकाशित साहित्य**

कविता : उत्पात (१९८२), श्वेतपत्रिका (१९८९), उद्रेक (२००८)

कथा : बारामाशी (१९८८), हरिजन (१९८८), रथयात्रा (१९९३), दलित ब्राह्मण (२००४).

कादंबरी : भिन्नलिंगी (१९९१), उपल्या (१९९८), हिंदू (२००३), बहुजन (२००६), झुंड (२००९)

आत्मनिवेदने : अक्करमाशी (१९८४), राणीमाशी (१९९२), पुन्हा अक्करमाशी (१९९९).

संपादने : दलित प्रेम कविता (१९८६), दलित पँथर: भूमिका आणि चळवळ (१९८९), दलित चळवळ (१९९१), दलित साहित्य (१९९१), प्रज्ञासूर्य (१९९१), भारतीय रिपब्लिकन पक्ष: वास्तव आणि वाटचाल (१९९२), विवाहबाह्य संबंध: नवीन दृष्टिकोन (१९९४), गावकुसाबाहेरील कथा (१९९७), ज्ञानगंगा घरोघरी (२०००), शतकातील दलित विचार (२००१), साठोत्तरी मराठी वाङ्मय प्रवाह (२००६), सांस्कृतिक संघर्ष (२००९), भारतीय दलित साहित्य (२०१३).

समीक्षा : दलित साहित्याचे सौंदर्यशास्त्र (१९९६), साहित्याचे निकष बदलावे लागतील (२००५), ब्राह्मण्य (२००६), दलित आत्मकथा- एक आकलन (२००९), वादंग (२०१०)

❑ **शरणकुमार लिंबाळे यांच्या साहित्याचे भाषांतर**

इंग्रजी : द आऊटकास्ट (२००३), टुवर्डस् ऑन ॲस्थिटिक्स ऑफ दलित लिटरेचर (२००४), हिंदू (२०१०)

हिंदी : अक्करमाशी (१९९१), देवता आदमी (१९९४), दलित साहित्य का सौंदर्यशास्त्र (२०००), नरवानर (२००३), हिंदू (२००४), दलित ब्राह्मण (२००४), छुआछूत (२००८), बहुजन (२००९), दलित साहित्य : वेदना और विद्रोह (२०१०), झुंड (२०१२), प्रज्ञासूर्य (२०१३)

कन्नड : आक्रम संतान (१९९२), दलित ब्राह्मण (२०१३), हिंदू (२०१४)

पंजाबी : अक्करमाशी (१९९६).

मल्याळम : अक्कमाशी (२००५), हिंदू (२००५), बहुजन (२०१२)

तमिळ : अक्करमाशी (२००३), दलित साहित्याचे सौंदर्यशास्त्र (२००८)

गुजराती : अक्करमाशी (२०००), दलित साहित्याचे सौंदर्यशास्त्र (२००९)

मी कोण?

हा देदीप्यमान सूर्य कुणासाठी?
हे अनंत आकाश कुणासाठी?
हा अथांग जलाशय कुणासाठी?
हा अवाढव्य देश कुणासाठी?
ही संसद, ही घटना, ही माणसं,
हा समाज, हा कायदा कुणासाठी?
ही माणसं, माणसं वाटतच न्हैत
हिंस्र श्वापदांच्या टोळ्या त्या
मी जगत नसतो रे इथे
फक्त मरण टाळत असतो
क्षणाक्षणाचे
आयुष्यावर टांगलेले.
हे आयुष्य तरी कसले?
पेटलेल्या झोपडीत
जळताना जगण्यासाठी
केलेली केविलवाणी धडपड!
मी कोण? मी कोणासाठी?
मुकी सत्ता, मुकी जनता, मुकी संस्कृती
मुके वेद, मुकी शास्त्रे, मुकी मनुस्मृती

❏❏❏

दंगल

जातीय दंगलीच्या
गोळीबारात ठार झालेला बापाचा देह
ताब्यात घेताना
मला माझी फाळणी वाटत होती
देशापासून.
बापाची नुकसानभरपाई
मुख्यमंत्रीनिधीतून देताना
ती शासकीय मदत
माझे पोरकेपण + आईचे रांडपण.

आईचे भरलेले डोळे
नोटांतून वाहती पुरासारखे
बाप नुकसानभरपाईत खर्च होतो
मंत्रालयाचे पाय मात्र येत असतात
आईच्या अंथरुणावर जारासारखे
रोजच वर्तमानपत्रांतून
समजूत काढण्यासाठी.

आई, मी आणि भावंडे
शासकीय रक्कम बापाच्या प्रेतासारखी
आईच्या मांडीवर.
मी पाच हजार नोटा चाळतो
पाच हजारवेळा राजचिन्हच दिसते
खुन्यासारखे.
बाप मात्र कोठेच दिसत नाही.
□□□

बहुमत

माझ्या पाऊलखुणा
मलाच मिटवाव्या लागल्यात
इतिहासातील खराट्याने
गळ्यातील गाडग्यात थुंकताना
थुंकीत कासावीस होणारे
माझे सार्वभौमत्व
माझ्या सावलीपुरता
माझा देश
अरे! त्या मतपेट्या फोडा!!
आमच्या दलालांनी श्रीमंतांशी
केलेली ती सौदेबाजी आहे
हे बहुमत मनूंचे आहे
दलितांना सक्तमजुरीत ठेवण्याचे.

□□□

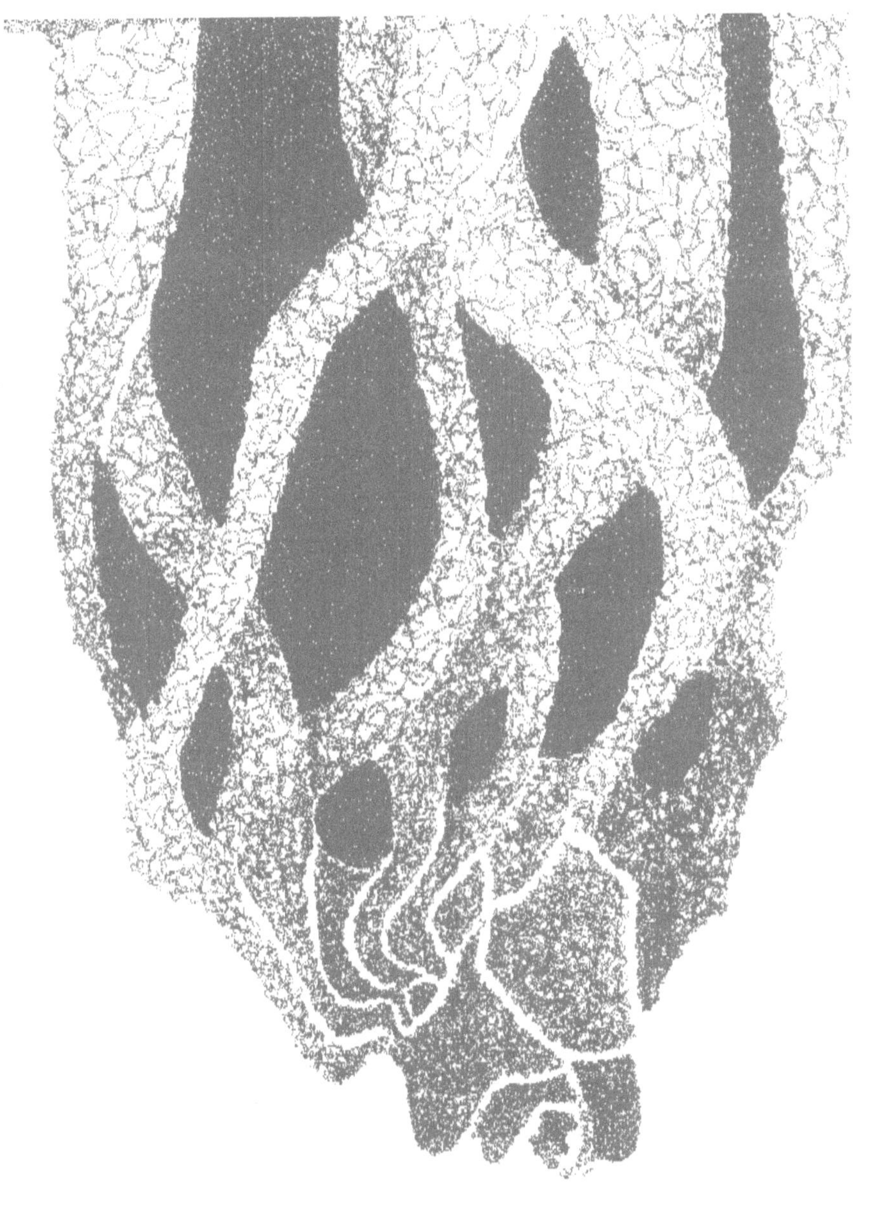

रक्तपिपासू दिशा

ह्या रक्तपिपासू दिशांतून
ऐकतोय दहशती आवाज जमावांचे
हे जुलमी बेबंद अधिकार
अतिक्रमण करताहेत माझ्यावर
मी गाडला जातोय यांच्या थुंकीत - पावलात
मी गुदमरतोय माझ्या उच्छ्वासात
मला मुक्त करा रे ऽ
वेदपुराणांच्या बदनामीतून
वादळ वावरतेय असंतोषाचे माझ्यातून.
हे मातृभूमी!
मी तुझ्यावर प्रेम करतो
केवळ राष्ट्रभक्ती म्हणून नव्हे
तर माझाही या भूप्रदेशावर हक्क आहे म्हणून.
माझ्या प्रिय मृत्यू,
तू ये असा सणाणत पिस्तुलाच्या गोळीगत
भर चौकात क्रूर जमावाच्या हातून
मी मरताना तडफडून
पाहू दे ही दिशा, ही भूमी
माझ्या मरणाने गदगदून जावो गावकूस
माझ्या मरणाने जागी होवो अनेक मरणे
माझ्या सरणाने जीवन होवो अनेक सरणे.

□□□

मी यांच्यासंगे जेवताना
पाहती माझ्याकडे
संशयग्रस्त नजरेने
परपुरुषाबरोबर बोलणाऱ्या
बायकोकडे पाहावे तसे.
मी उपरा इथे
या देशावर नेहरूंची रक्षा होती
ती मनुस्मृतीची कशी झाली?
हिमनगासारखा हा निखारा
निश्चितच
तुम्ही जाळलेल्या झोपडीतील
माझ्या बंडखोर मुलाच्या
मुठीचा असेल.

❑❑❑

कॉम्रेड,
आईच्या अंगावरून निथळणारे घामाचे थेंब
कष्टाने रस्ते झाडताना
नित्यनेमाने पाहिलेत मी
इथे फुलं जळताना.
कॉम्रेड,
फुलांशी खेळणाऱ्या वयात
हाडांच्या गोण्या पाठीवर घेऊन
वणवण फिरताना
किलोवर हाडं विकून
संसाराला मदत होताना
इथला हरेक मौसम वैरी असतो रे!
कॉम्रेड,
आईची किती बाळंतपणं करायची?
अन् भावंडांना किती खेळवायचं
स्वत:च्या मुलांप्रमाणे?
सांग कॉम्रेड,
पोट विकून पाठही विकून जगताना
आयुष्य गहाण टाकलेलं असतं.
तिथं आभाळ कुणाचं असतं?

□□□

मी पाहतोय तिथवर दिसताहेत
उगारलेल्या मुठी
रक्ताच्या डागांसारख्या
हे मातृभूमी!
मी येतो तुझ्याकडे अनाथ मुलासारखा
तू मात्र, माझ्यावर गारदी सोडतेस.
मी तुमची थुंकी झेलतो
तुम्ही 'भले शाब्बास!' म्हणता
मी तुमच्या दारात भिकेसाठी उभा असताना
मोठ्या दानशूरतेनं शिळे तुकडे टाकता.
मी जेव्हा स्वावलंबी होतो,
तेव्हा तुमचा स्वाभिमान दुखवतो.
मी ताठ मानेनं जगताना
तुम्ही माझ्यामागे कोर्टकचेऱ्या लावता,
गावगुंडांच्या टोळ्या धाडता.
आजवर मी मुका होतो
शब्द गवसत नव्हते,
मला माझी भाषा सापडत नव्हती.
अन् आज,
पृथ्वी ज्यांच्या तळहातावर तरली आहे
त्यांच्या नावानं बोलतो.
हा आवाज माझ्याच ओठांतून येत नाही
हे युगविधान आहे, त्या उगारल्या मुठींचे
माझ्याही मुठी शिवशिवत आहेत,
काळोखाच्या दिशेने.

❑❑❑

तो आवाज ती दिशा

मध्यान्हीचा सूर्य डोक्यावर असताना
ही मध्यरात्र वाटतेय
का दिसत नाही या प्रकाशात
मला मिळालेले स्वराज्य?
हा कसला आरोप आहे
मी माणूसच नाही!
माझ्या आईच्या डोळ्यांतील अश्रू
कोण विकत घेणार आहे?
माझ्या पत्नीच्या नांगव्या धिंडीत
दिंडीत कोण नाचणार आहेत?
माझ्या बाळाच्या ओठांवरील हसू
कोण तोडमोडीत घेणार आहे?
मला माहीत आहे तो आवाज, ती दिशा,
मला विवस्त्र करणारी.
मी काय गुन्हा केलाय असा,
की मुकाट्यानं बळी जावा नवसाच्या बकऱ्यासारखा?
माझ्या हाका ऐकू येत नाहीत का?
माझा आक्रोश ऐकू येत नाही का?
ही रस्त्यावर पडलेली दगडं

का येती माझ्याच दिशेनं सणाणत?
मी कोणीच का लागत नाही तुमचा?
तुम्ही दगडफेक करून थकल्यानंतर,
तमाम दगडांचे ढीग माझ्या पायाजवळ असतील
आणि तेव्हा मात्र
तुम्ही नि:शस्त्र असाल.

❑❑❑

चाहूल

मी चाललोय घनघोर अंधारातून
कोसळत धोधारी पावसासारखा
वाटेवर उडवलेल्या पुलासारख्या
निवडणुकाच दिसताहेत जागोजागी
ह्या मंत्र्यांच्या गाड्या
ह्या एस.आर.पी. च्या गाड्या
ही लष्करी गस्त
या सार्वभौम जुगारी अड्ड्यावर
कोणी लावलेय मला पणाला द्रौपदीसारखे?
क्रांती त्या चौकातून येणार नाही,
मिरवत विजयी उमेदवारासारखी.
क्रांती त्या गिरण्यांतूनही येणार नाही,
संपकरी मजुरांच्या थव्यासारखी.
माझ्या ओठांत, तुमच्या ओठांत
ही कसली हालचाल होतेय
या हवेच्या ओठांत?
मला तर ही क्रांतीची चाहूल वाटतेय.
आता लष्कर परत बोलवले पाहिजे
त्यांनी बंदुका खाली ठेवल्या पाहिजेत
त्यांचा शस्त्रसज्ज पोशाख उतरला पाहिजे
आणि आपल्या बायकांमुलांना त्यांनी
कडकडून मिठ्या मारल्या पाहिजेत.

❑❑❑

रामराज्य

कोठेच कसे हरिजनांवर हल्ले होत नाहीत?
कोठेच कसा बलात्कार होत नाहीत?
कोठेच कशा झोपड्या पेटवल्या जात नाहीत?
कोठेच कसे दलितांचे खून होत नाहीत?
मला कळत नाही या परिस्थितीचा अंदाज
मला कोठूनच कसा आक्रोश ऐकू येत नाही?
मला कोठूनच कशा किंकाळ्या ऐकू येत नाहीत?
खरंच इथं रामराज्य आहे का?
नाही,
माझा विश्वास बसू शकत नाही.
जरूर कोठेतरी
तोंड दाबून बुक्क्यांचा मार चालू आहे.
जरूर कोठेतरी
हाकांना चिरडले जात आहे
आणि
हातांना कोठेतरी छेदले जात आहे.

□□□

रक्षा

प्रिये...
तुझ्या प्रेमाची हत्या होताना
कुठलाच कवी हळहळणार नाही
लेखण्याही लगाम घातल्या असतील.

प्रिये...
दंगलखोर तुझ्यावर हल्ला करताना
हरलेल्या फौजेसारखा
मीही आगतिक असेन.

प्रिये...
आमच्या झोपड्या पेटवून देताना
आम्ही जळत असतो
बेवारशी चितेगत.

प्रिये...
तू ये घनघोर युद्धक्षेत्रासारखी
अनावर
माझी रक्षा देशाबाहेर टाकण्यासाठी.
इथल्या तीर्थांना माझा विटाळ नको
म्हणून...

❑❑❑

घरावर राख उडत असताना

तुझ्या डोईवरचा पदर
राष्ट्रध्वजागत प्रिय वाटतोय
या पाठीवरून मायेचा हात
कुणी फिरवलाच नाही.

पोलिसांच्या लाठ्या झेलून
चळवळीची सुरुवात केली
अगं, तूच तेल लावून चोळलेस
शेकलेससुद्धा अंगावरच्या वळा
भरल्या डोळ्यानं.

मोर्चा, भाषण, पोलीस व्हॅन, जेल,
वॉरंट, कोर्टाची तारीख
मी संसार केला रस्त्याचा
घरावर राख उडत असताना.

लाठीमार, दगडफेक, अश्रुधूर
गोळीबाराच्या हवेत फैरी झडताना
आठवण येत नाही तुझी,
तुझ्या ओठांची.

तू तंबाखू देतेस,
माझ्याकडून चुना घेतेस,
दुष्काळी पाण्याच्या टँकरगत
आपण निघतो रोजगार हमीच्या कामावर

या धरणाच्या पोटात,
दोन रक्ताचे थेंब
दोन अश्रूंचे थेंब
दोन घामाचे थेंब
गाडले आहेत नवजात अर्भकासारखे
गळा दाबून.

❒❒❒

जिचे ओठ

फाईव्हस्टार हॉटेलच्या सावलीने
वाढणारा हा देश
संशयास्पद मृत्यूसारखे हे शासन
मी न्याहाळतो
गू-घाण संडास साफ करून आलेल्या
प्रियेकडे
जिचे ओठ नेहरूंच्या कोटातील गुलाबापेक्षाही
सुवासिक असतात,
जी असते
पंधरा ऑगस्टपेक्षाही सुंदर
ती माझ्यातून वावरते वादळागत.
माझ्या प्रियेच्या गालावर ऐन तारुण्यात
पडलेल्या सुरकुत्यांखाली,
या देशाचं सार्वभौमत्व गाडलं जात आहे,
आणि तिच्या अश्रूंतून
लाखो बागा फुलत आहेत हुंदक्यांच्या,
राष्ट्रगीत गाण्यासाठी.

❏❏❏

मशाल

तू
प्रचंड गुलामीचे शिल्प
माझ्या हजारो पिढ्यांनी जगलेल्या
दु:खाची मोहर
भुकेलेल्याची भूक तू
तहानेल्याची तहान तू
या उन्हाशी दोस्ती
काय म्हणून केलीस?
या मृगजळाची प्रतीक्षा का करतेस
मृगासम बरसेल म्हणून
फूटपाथवर झोपलेल्या तुझ्या कुशीतून
मी उठून गेलो तथागतासारखा
झोपडपट्ट्यांतून
चौदा ऑगस्टच्या मध्यरात्री मशाल मोर्चा काढण्यासाठी.
मशालीगत आलो मी तुझ्या साखरझोपेत
तू हसत होतीस स्वप्नात
तुला मी स्वप्नात तथागतासारखा
तर दिसत नाही ना?
तुझ्या ओठांवर पाहिल्या मी
बाबासाहेबांच्या पुतळ्यापुढे प्रज्वलित झालेल्या
हजारो मशाली
प्रचंड आगीचे दाह असलेल्या
आणि ओठांत
तुझ्यासारखंच हसू असलेल्या.

□□□

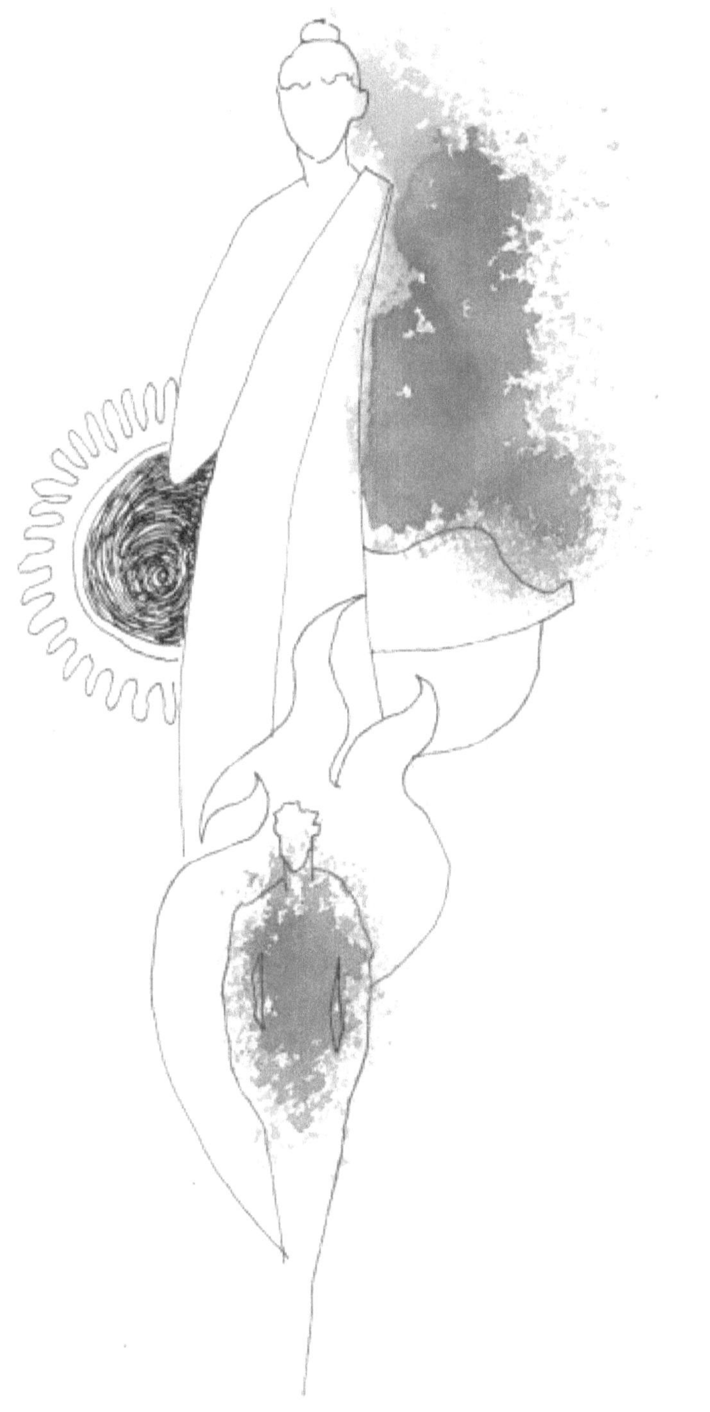

चौदा एप्रिल

तुझे डोळे
कामावरून परतणाऱ्या दमदार मजुरासारखे
भाजलेल्या भाकरीगत तुझे ओठ
ओठांत घेताना
तुझी वळ उठलेली पाठ
मी कसा विसरू?
तू भूक ठेवून
तुझी भाकर मला देताना
तुझा हात मातृभूमीगत वाटतोय
तुझे अश्रू
श्रुती, स्मृती, राज्यघटनेतून
भळभळत वाहणाऱ्या जखमेगत
तुझे हसू
संसदेत मांडणाऱ्या तमाम बिलांपेक्षाही कणखर.
तू उशाला धोंड्यासारखी
भुकेल्या कोंड्यासारखी
फावड्याने घमेल्यात माती ओढावी
तसे तुला बाहूंत घेताना
तू म्हणालीस,
'आपण एक,
गुलाम जन्मा घालत आहोत.'
तुझ्या गालावर विजागत चमकल्या वळा.
तू कलेक्टर कचेरीसारखी
मी,
निवेदन देऊन परतणाऱ्या शिष्टमंडळासारखा

तुला जाणवत नाही का?
एक अस्वस्थ गर्भ फिरतोय इथं.
सांग प्रिये!
तू चौदा एप्रिल होशील का?

□□□

मोर्चा

हरवलेल्या लहान मुलासारखी
ही लोकशाही
जिला आईबापाचं नाव सांगता येत नाही
न् आपलं नावगाव

अशी ही सत्ता
खाली मान घालून चालणारी पतिव्रता
जशी नवऱ्याच्या संभोगाशी
एकनिष्ठ असावी

तसे इथले हरेक ठराव
 भांडवली मर्जीतले.
कोर्ट-कचेरी-शाळांशिवाय
पंधरा ऑगस्ट दिसतोच कुठे?

लाल किल्ल्यावरून केलेले
पंतप्रधानांचे भाषण
देशाला उद्देशून
ऐकतोय टवाळखोर पोरांच्या रेडिओतून

आणि बांजिद्या बायांच्या भांडणातल्या तशाच शिव्या
माझ्या वस्तीत मी परतत असतो ऑफिसवरून
सक्तीची झेंडावंदनाची हजेरी लावून
आणि माझी तमाम वस्ती निघालेली असते मोर्चात.

मी प्रत्येकाच्या वाटेवर
प्रमुख पाहुण्याच्या हस्ते फडकवलेल्या
राष्ट्रध्वजासारखा
कडक भट्टीच्या कपड्यात

संकुचित झालेले माझे बंधुत्व
माझ्याच बांधवांना जय भीम करताना
मी अनुभवत असतो
बंदीहुकूम मोडून अटक झालेला मोर्चा
माझ्यातच.

शब्द

शब्दांनो!
कधी ओंजळभर पाण्यासाठी प्राण सोडलेत?
कधी उघडंनागडं फिरलात वणवण?
उपाशी-तापाशी दिवस काढलेत?
शब्दांनो!
तुमची नित्य पूजा झाली मंदिरात
पोथ्या-पुराणात सोवळ्याने
आता माझ्याजवळ येताना
विटाळशीगत बाजूला काय बसता?
शब्दांनो!
तुमच्या प्रेमाखातर
कैकदा माझा शिरच्छेद झालाय
माझी जीभही छाटलीय
कानात शिशाचा रस ओतलाय
तरीही तुम्ही आवडता शब्दांनो
मालकाच्या बायकोसारखं
शब्दांनो!
या रे असे एकेक
चिमण्यांसारखे सूर्य होऊन ओळीओळीत.

❏❏❏

नाकेबंदी

बहिष्कृत वस्त्यांतून जगताना मी वाढत असतो
चिरडलेल्या बंडासारखा भूमिगत.
माझा भुकेला चेहरा, सुरकुतलेलं तारुण्य, फाटकं शरीर,
मेटाकुटीला आलेली झोपडी, यावरून माझी शक्ती अजमावू नका
मी नसतोच कधी जगत माझ्या देहात
देहाबाहेर, घराबाहेर, देशाबाहेर, विश्वातील जुलमांच्या किंकाळ्यांतून
खुनी शांततेसारखा वाढत असतो अराजक मनामनांत
मी नसतो माणूस, आत्मा, प्राणी, जीव वगैरे
मी असंतोष हजारोंच्या जमावात एकजीव झालेला.
घोषणाघोषणांतून फुलत पसरणारा सुगंध गर्दीभर
मीच असतो तमाम मुठीत, माझ्या बायकोच्या गर्भात, आईच्या मांडीवर
वाढत असतो पराभवाच्या दु:खासारखा नेस्तनाबूत
माझ्यापुढे उभे आहेत माझेच अनाथ अश्रू, रुजत नसानसांत अणूसारखे
मी माझा राहिलो ना बायको-मुलांचा,
माझ्या जखमा मला जगूच देत नाहीत माणूस म्हणून
मी फिरत राहतो अस्वस्थ वस्त्यावस्त्यांतून,
मजूर, हमाल, वेठबिगार, कामगार, दलित, वेश्येच्या दारांतून
आता माझा स्फोट झाला पाहिजे, मोठा प्रलय झाला पाहिजे
जगण्यामरण्याच्या निकडीतूनच तुम्ही-आम्ही समजून घेतले पाहिजे
एकमेकाला
अन्यथा प्रलयाला शरण गेले पाहिजे बिनशर्त, माझ्याच साक्षीने,
सर्वत्र दारुण पराभव पत्करून नामोहरम होत.

❏❏❏

सीमा

आज्ञाधारक मुलागत उभे युग माझ्यापुढे
मी रांडेगत खेळवितो मांड्यांवर शब्दांना
मी उभारतो येणाऱ्या सनाजवळ
वेश्येच्या दारात उभारावा तसा
मी कुण्या विटाळातून जन्मलो?
अवसेच्या की पुनवेच्या?
संपकरी मजुरागत वावरतोय मी
टाळेबंद केलेल्या आयुष्यातून
मी, माझा बाप, आई, बहीण, भाऊ, बायको, मुले,
काका, मामा, मावशी, आजा, पणजा
दोस्त, शेजारीपाजारी,
माझा समाज गावाबाहेरचा
का बहिष्कृत केलाय?
का बांधून टाकलंय चहूकडून?
आम्ही मुक्त असण्याची इतकी भीती का वाटावी?
किती दक्षता घेता तुम्ही,
माझा संसर्ग होऊ नये तुमच्या अन्नपाण्याला,
माझा स्पर्श होऊ नये तुमच्या देवाधर्माला म्हणून
हे खरं नाही का?
तुम्ही पदरात ठिणगी बांधून जगत आहात
तुम्ही झोपड्या जाळताना,
तुम्हाला वाटत नाही का हा जुलूम आहे म्हणून?
पहा माझ्याकडे, कसा फाटत गेलोय तुमच्यापासून,
दोन राष्ट्रांतील सीमेसारखा

ही जखम बांधा रे
अन्यथा जखमा जंगली होतील
दंगली होतील.
□□□

गावकुसात वाढणारा हरेक गर्भ
जन्मत:च युद्धकैदी असतो
इथल्या गुन्हेगार टोळ्यांचा
निसर्गदत्त पाण्याचा थेंबही
पिता येत नाही अस्पृश्य म्हणून
मी पाहत राहतो अथांग जलाशय गदगदून
बेअंदाज मरणाऱ्यांचे आक्रोश
मावळत्या सूर्यागत डोळाबंद होतात
आवळलेल्या मुठी अशाच हवेत विरतात
बंडखोर गीत उरात होऊन
नऊ महिन्यांची गर्भारशी
जीव मुठीत घेऊन रानोमाळ होताना
हिंस्त्र श्वापदांनाही अर्थ कळत नसतो
माणूसपणाचा.

❐❐❐

हा देश

हा देश
चक्रव्यूह वर्णव्यवस्थेनं रचलेला
हा भेदू कसा मी?

हे दु:शासन, द्रोण, भीष्म
ही तर माझ्या गावची माणसं
अडी-नडीला झालेली उसनं-पासनं दिलेली.

पण आज,
सुईच्या टोकावरची जागाही नाकारतात.
ओंजळभर पाणीही नाकारतात.

ही कुठली दिशा, जी सूर्यच गिळत निघालीय?
ही डोळ्यांवर पट्टी बांधलेली
गांधारी, माझी आई.
हिनं मला कधी न्याय दिलाच नाही.

उजव्या हाताने नुकसानभरपाई देत गेले
डाव्या हाताने खुनशी हल्ले होत गेले
अरे कौरवांनो!

आपण एकाच शाळेत शिकलो ना रे?
भारत माझा देश आहे.
सारे भारतीय माझे बांधव आहेत.

पण तुम्हीच एकेक घरटे उद्ध्वस्त करताना,
आभाळभर झालेली पाखरं पाहून,
व्याकूळ झालेला राष्ट्रध्वज, कुंतीसारखा

आपल्याच मुलांची दंगल पाहून.
ही आभाळभर झालेली पाखरं
कुण्या देशाची गाणी गातील?
चोचीत आपुल्या,
कुण्या स्वराज्याचा नकाशा आणतील?

□□□

तीर्थ

घमेल्या पकडून घमेल्या फेकताना
तोंडावरचा थकवा नळावर धुताना
गाडीवरची पाव-भजी खाऊन
चुना-तंबाखू चोळताना
तू मला दिसलीस.
कामावरून हसत खेळत परतताना
रस्त्यात चार आण्याची नथ विचारताना
बिनधास्त लोकलमध्ये चढताना
विदाऊट तिकीट टी.सी. पुढून जाताना
तू मला दिसलीस.
मोर्च्यात सामील होताना
रस्त्यात घोषणा देताना
सभेत जाहीरपत्रके वाटताना
पोलिसांचे कडे तोडताना
तू मला दिसलीस.
मी पाहिला निथळणारा घाम
तुझ्या गालांवरून
अन् प्रतिबिंब माझे तिथे
तीर्थही तुच्छ मला इथे.

□□□

तिरस्कृत

मी कधीच बेदरकार बोललो नाहीय
या तरुणी पाहून,
माझा बलात्कार कधीच जागा झाला नाही.
मालकिणीनं वाढलेलं मुसरं
मला सार्वभौम हक्क वाटायचे
मालकाची इमानी सेवा करून
धन्य होणं, हाच आयुष्याचा अर्थ.
या माड्या-हवेल्यांचं रक्षण,
हेच राष्ट्ररक्षण वाटायचं.

मी रस्त्यानं जाताना पुढून येणारी
आई, मुलाला बाजूला ओढते
माझा विटाळ नको म्हणून!
'मला माझी सावली असू नये?
मला माझी थुंकी असू नये?
मला माझ्या पाऊलखुणा असू नयेत?'

इतक्या तिरस्कारानं का थुंकतेय ही तरुणी?
सूर्यासह दुभंगून जाते धरणी.

□□□

राष्ट्रीयत्व

मी एक चिरंजीव वेदना
माझे अस्तित्व फाळणीची वीजरेषा
जातीजातीच्या सांध्यातून निखळत जाणारी
कडाडत.
बसमध्ये बसलेल्या बाईच्या धक्क्याइतकेही
उत्तेजित करीत नाही हे राष्ट्रीयत्व,
प्रत्येक माणूस एक राष्ट्र
कुणी बुद्ध, कुणी पैगंबर, कुणी येशू
कुणी जानव्याच्या सीमा घेऊन वावरणारा.
जात, धर्म, पंथ, भाषा ह्या स्वाभिमानाच्या
गोष्टी नसत्या तर,
संघर्ष कसा पेटला असता?
माणूस थोडेच शिस्न आहे
हलवून गरम करायला?
मी एक क्रूस.
मी एक जानवे.
मी एक लिंग.
या देशाच्या गळ्यात बांधलेले राष्ट्रीयत्व.

❑❑❑

जमाव

मला मान्य नाही ही शहरांची रचना,
ही खेड्यांची, ही माणसांची रचना
उतरंड कोनाड्यातली.
बसल्या बाईचा भोसडा भारी
अशी ही एकात्मता
उरूस-उत्सवातून पोलीस बंदोबस्तात वावरणारी.
मला माझी लाज वाटावी,
अशी ही दरिद्री.
मला माझी भीती वाटावी
अशी जात घेऊन जगताना,
फक्त माझ्यात भेटतील जातीय दंगलीच
जागजागी काशी-रामेश्वरसारख्या.
माझी शंका कुठवर घेणार?
मी एका अस्वस्थेतून जगतोय
अराजक उद्ध्वस्ततेतून जगतोय.
जगन्नाथाच्या रथागत ओढला जातोय
जमावाकडून जमावाकडे
बेचिराख माणसांतून.
मला मान्य नाही कसलीच क्रूर हिंसा
पण माझे हात,
केव्हाच न्हाले आहेत रक्ताने
जमावाच्या.

❑❑❑

आरोप

मी वाढत आलो भीषण वरवंट्याखाली
मला मुक्त वाढूच दिले नाही.
भिंतीच्या कडेने आपली सावली सांभाळत
पंगती उठल्यावर मुसरे जमा करीत
जगत आलो इथे मी.
मी माझ्या मुलांपुढे कसल्या आशा ठेवतोय
वाढलेल्या मुसऱ्याशिवाय?
तो वाढतोय केवळ माझी गावकी पुढे चालवण्यासाठी
तो जगतोय केवळ गावगाड्याची थुंकी झेलण्यासाठी
त्याने नाकारली ही व्यवस्था, तर त्याचा खून होईल.
केवळ खून व्हावा म्हणूनच का हा जन्मला?
केवळ मरणभयानेच का जगायचे त्याने?
कायदा आणि सुव्यवस्थेची नशा झालेली ही शहरे
किती शांत वाटत आहेत.
हल्लेखोरही शस्त्रानिशी येतात.
शासनही शस्त्रानिशी येतं.
पण आमचेच हात असे कसे बांधले आहेत?
हरेक कायदा आमच्यासाठीच केला जातो
हरेक योजना आमच्यासाठीच राबविली जाते
तरीही मी, चहाची तल्लफ पाण्यावर भागवावी.
भुकेची तल्लफ तंबाखूवर निभवावी.
कारण,
पाटलाच्या घरी कोंबडा कायदा खात असतो,
आणि माझ्या घरी कोंबड्यांची पिसं टाकतात
कोंबडा मारल्याचा आरोप ठेवण्यासाठी.

❑❑❑

मी नाव बदलले, गाव बदलले,
बदलला धर्म.
गळ्यात जानवे घातले, विभूती लावली,
लावली तुळस अंगणात.
काशी गेलो, रामेश्वरी गेलो.
पण मी 'मी'च राहिलो.
ना गोमूत्राने शुद्धी झाली
ना गंगेने शुद्धी झाली
झाली अपवित्र धर्मक्षेत्रे,
झाली अपवित्र अन्नक्षेत्रे,
माझ्या स्पर्शाने.
मी असा कसा अस्पृश्य?
माझ्या स्पर्शाने ईश्वर बाटावा?
अन्न - पाणी - विद्या विटाळावी?
अन् माणूसही अपवित्र व्हावा?
मी पूर्ण वेगळा आहे.
मग आपण भेटूच कसे एकमेकांना,
संगमासारखे राष्ट्रीय प्रवाहात?

□□□

सूर्योदय

मी मागत नाही तुमच्या आकाशीचे सूर्यचंद्र
शेतीवाडी, माडी, हवेलीही.
मी मागत नाही देव, धर्म, जात, पंथ किंवा
तुमच्या आई, बहिणी, लेकीबाळी.
मी मागतो माझे हक्क, माणूस म्हणून.
माझ्या उच्छ्वासाने थरथर कापती तुमची शास्त्रपुराणे
आणि स्वर्ग-नरकही
विटाळ होईल म्हणून.
झेपावती तुमचे तमाम हात उद्ध्वस्त करण्या आमच्या
वस्त्या.
तुम्ही माराल, तोडाल मला
जाळाल, लुटाल माझ्या वस्तीला,
पण दोस्तहो!
पूर्वेला पेरून ठेवलेला शब्द सूर्यासारखा
उद्ध्वस्त कसा कराल?
माझे हक्क : एक संसर्गजन्य जातीय दंगल.
चिघळत जाणारी शहरे-शहरे, खेडी-खेडी, माणसं-माणसं
माझे हक्कच असे,
जिथे तिथे जिल्हाबंदी केलेले, नाकेबंदी केलेले, बहिष्कृत.
मला माझे हक्क हवेत, मला माझे हक्क द्या
नाकारणार का ही स्फोटक अवस्था?
मी उखाडीत जाईन रेल्वे रुळासारखे धर्मग्रंथ
पेटवीत जाईन सिटीबसगत तुमचे बेबंद अधिकार.
दोस्तांनो!
माझे हक्क सूर्यासारखे उगवत आहेत,
हा सूर्योदय तुम्ही नाकारणार का?

□□□

मी वावरतोय आकाशवाणी, दूरदर्शनवरून
शासकीय कमिट्या, शालेय अभ्यासक्रमातून.
प्राचीन काळच्या खुणा देवीच्या व्रणांसारख्या
कुणालाच कशा दिसत नाहीत?
माझ्या स्मितहास्यात दडलेल्या उनाड पोरासारख्या.
मी रोज गुळगुळीत दाढी करतो, स्नो-पावडर वापरतो,
माझ्या आत्मचरित्राच्या मुखपृष्ठावरील
माझ्याच जीवनाचे रेखाटलेले चित्र ओलांडून
मी हजार वर्षांनी पुढे आलो आहे.
मी आज अशा अवस्थेत आहे
एक तर उभा राहू इच्छितो खंबीर
किंवा कोसळू इच्छितो भुईसपाट
पण उगीच आधाराचे जगणे नको आहे.
अपंग श्वास नको आहेत.
माझा इतिहास माझ्याजवळ येतो गुलामासारखा.
मी त्याला लाथ घालतो, जोड्यानं बडवितो,
घराबाहेर काढतो.
पण तो माझे पाय सोडत नाही, बायकोसारखा.
मला कळत नाही या सगळ्यांचा अर्थ
इतिहास म्हणजे मी हागलेला गू की इतिहासाने हागले मला
इतके खरे की इतिहासाचे-माझे पटत नाही,
साप-मुंगसासारखे.
पण मी जगूच शकत नाही इतिहासाशिवाय,
हेही तितकेच खरे.

□□□

माणूस म्हणून

इतके कडेकोट लष्कर का उभेय माझ्याभोवती
मला नजरकैद करून
हे विध्वंसक रणगाडे रोखू शकतील का माझा श्वास
की ही विनाशक क्षेपणास्त्रे करू शकतील मला नजरबंद
प्रचंड समुदायाच्या पावलांनी मी चाललोय
दंगलीच्या अफवांबरोबर पसरत जातोय शहरभर
कोठे कोठे बंदुका उभ्या करणार आणि कशा कशा?
कोण म्हणतं माझी लांबीरुंदी केवळ एका दंगलीपुरतीच
आहे?
कोण म्हणतं मी बंदुकीच्या निशाणी निशाणीपुढेच आहे?
कसे वाढणार तुम्ही, लष्कर मदतीने वेळोवेळी मला चिरडून?
ही कसली सार्वभौम सत्ता आणि राष्ट्रीय एकात्मता?
मलाच राष्ट्रीय एकात्मतेचे धडे देणारी नुकसानभरपाई देऊन.
माझे डोळे काढले, माझ्यावर बहिष्कार टाकला,
बलात्कार केला, माझी वस्ती जाळळी, खून केले, धिंड
काढली
अजून कसले कसले शोध लावणाराहात?
अन्याय करणाऱ्या पद्धतीचे कोर्ट-कचेऱ्यांच्या मदतीने हिशेब
करा.
किती तुरुंगाच्या भिंतीपल्याड, किती सातासमुद्रापल्याड
राहता तुम्ही संसदीय लोकशाहीत?
पाडा तुरुंगांच्या भिंती,
पाडा घरादारांच्या भिंती, पाडा जातीधर्माच्या भिंती,
आपण एकदा पूर्ण भिंतीहीन होऊयात,
आणि वाटून घेऊयात तुम्ही-आम्ही माणूसपण

आहात तयार? नाही तर तुरुंग वाढतील,
तुरुंगात मी मावणार नाही म्हणून
शाळा, कॉलेज, घरं तुरुंग बनतील
आणि शेवटी तुम्हीही एक तुरुंग बनणार नाहीत कशावरून?
तुम्हाला मान्य आहे का इतके तुरुंग निर्माण करणं?
की स्वीकारणं मला माणूस म्हणून?

□□□

एकात्मता

मला सुरक्षित वाटते मवाल्यांच्या टोळीत,
या पोलीसचौकीपेक्षा.
आज मराठवाडा पेटला, काल बिहार पेटले होते
आता तर मी आगीतच आहे.
माझी बहीण सांगते मला, गावगुंडांनी केलेला अत्याचार.
मला कळत नाही अत्याचाराचा अर्थ.
आणि माझ्या गाववाल्यांना कळत नाही,
त्यांच्याच वागण्याचा अर्थ.
माझ्यात आणि गाववाल्यांत इतकी दुष्मनी का?
आम्ही कधी पेटवल्या का यांच्या झोपड्या,
की नागवल्या यांच्या लेकीबाळी
म्हणून आमचा हे सूड उगवताहेत?
किती दिवस असुरक्षित राहायचं आपल्याच देशात?
किती सहन करायचा अन्याय आपलाच धर्म म्हणून?
भाऊ भाऊ वेगळे होतात
आपलेच कसे हितसंबंध गुंतलेत एकात्मतेत?
मला समजून घ्या.
मी, हाकलला जातोय माणसांतून दूर दूर
जिथं सर्वच हद्दी संपलेल्या असतात,
तुमच्या, माझ्या, किमान माणसाच्या!

□□□

निषेध

सी. आय. डी.चे रोजचे येणे-जाणे
पोस्टमनसारखे नित्याचे झालेय
कायद्याच्या लक्ष्मणरेषा
रोजच आखल्या जातात माझ्याभोवती
मी वाढत असतो ब्लॅकलिस्टमध्ये
तसाच चळवळीमधून
मी बोलतो तेव्हा
एस.पी. ऑफिसमध्ये फाईल होते
आणि माणसात वादळ उतरते माझे.
मी रोजच वाचतो वर्तमानपत्रातून
मला कोठे कोठे अटक झाली
आणि मी कोठे निदर्शनं केली
पोलिसांविरुद्ध
आमच्यावर फाईलीच राज्य करताहेत
आणि आम्ही मात्र टाईप झालो आहोत
पकड वॉरंटच्या हुकमामध्ये.
हे कसले हुकूम येती वरून
मला गोळी घालून मारण्याचे
आणि दंगलीत ठार झाला म्हणून
जाहीर करण्याचे.
मी माझे मरण जाहीर करतोय
या देशाच्या शांतता व सुव्यवस्थेसाठी.
मी मेल्यानंतर माझी रक्षा
लावावी भारतमातेच्या भाळावरती
क्रूर अत्याचाराचा निषेध म्हणून.

□□□

भाकरीच्या टोपल्यातून तू हद्दपार होताना
घराघरांत चुलीसारखी
जळत असतेस माझ्यातून
मी तुझ्यातून उतरतो भुकेसारखा
आणि चरत सुटतो लहान मुलाच्या खाऊवर
तुझ्या अश्रूंवरच पोसत असतो मी चौफेर
या हाका आणि आक्रोश ऐकतोय मी
माझ्यातूनच तुझ्यासाठी.
तू किती दूर उभी आहेस
आणि किती जवळ
मी शोधतो माझ्यातून तुला
तुझ्यातून मला
आपण दोघे कोठेच सापडत नाही एकमेकांना
एकमेकांच्या अश्रूंशिवाय
तुझे अश्रू - माझे अश्रू
मतपेटीत बंद झालेत
उद्या सर्वच निकाल जाहीर होतील
आणि तमाम अश्रूंचे पोशिंदे
मिरवणुकीने रवाना होतील राजभवनाकडे
शपथविधीसाठी.
आपले अश्रू
राज्यकर्त्यांचे ठराव आहेत.
आपण त्यांच्या चर्चेसाठी तरी
अश्रू सांभाळायला हवेत.

□□□

गीत

प्रिये! मलाही वाटतं तुझ्या हातावर
चांदण्याची मेंदी फुलावी
तुझ्या कुंतलात सूर्य माळावा
तुझ्या डोळ्यांत पहाट व्हावी, आपण एकमेकांत गुंतताना.
पण तुझे हात धुणीभांड्यात राबताना
मी झिजत असतो गाईगुरांच्या गोठ्यात
आणि तुझी आठवण हैराण होत असते
वासराच्या गळ्यात हंबरताना, गायीविना.
प्रिये! मलाही वाटतं, तू चौफळ्यावर झुलावी
जाई-जुई तुझ्या ओठांवर फुलावी
तू यावीस अशी झुळझुळत पाटातल्या पाण्यागत
मी फावड्याने वाट करून द्यावी
तुला माझ्या आसुसलेल्या मोसमापर्यंत
घराच्या ओढीने जेव्हा परततेस तू थकूनभागून
आणि घरही तुझ्या वाटेकडे डोळे लावलेले
पोटात भूक घेऊन
मी तहानभूक विसरून गात असतो, प्रिये
तेव्हा मालकाचं शिवार डोलत असतं
आणि पोटऱ्यांत दाटलेले असतात अश्रू.
वाटत असतं मध्यरात्रीला
उघड्यावर निजलेल्या तुझ्या कुशीकडे पाहून,
हा चंद्र डोईखाली घे
हा सूर्य पायांखाली घे, घे आकाश पांघरून
माझी गीतं पृथ्वीला जड झालेत
तू त्यांन घे कुशीला लावून.

□□□

जात

कोण म्हणतं मी माणूस आहे?
नाही
सर्वप्रथम मी एक जात आहे.
आईच्या गर्भात असताना,
जगताना आणि चौघांच्या खांद्यावरून जातानाही
जात असते सोबत राष्ट्रीयत्वासारखी
मला माझ्या जातीचा अभिमान आहे
समृद्ध आणि विविधतेनं नटलेल्या
रूढी-परंपरेचा मी पाईक आहे
मी जातभाईंचा मान ठेवीन
कुळगोत्राची आज्ञा पाळीन
मी रेटतो माझी जात गर्दीतून
मला माझी जात आवडते
मला जातीचे संरक्षण आहे
कोण म्हणतं मी माणूस आहे?
नाही.
मी सर्वप्रथम एक जात आहे.
आम्ही सारे जातबांधव आहोत
आणि हा देश एक जात आहे
जातीसाठी माती खाल्ली पाहिजे
कारण अजून मुलांबाळांचं व्हायचं-जायचं आहे
आम्हाला चौघांच्या खांद्यांवर जायचं आहे.
सगळंच सोडून कसं चालतं?
घरात दोन जुनी माणसं आहेत
त्याचं मन कसं मोडता येतं?

आमची जात तशी खूप पुरोगामी आहे
आता पूर्वींसारखं काही नाही
आमच्या घरात धुण्याभांड्यासाठी एक महारीण आहे
तिला आम्ही उरलेसुरले देतो
सणावाराला खुषी देतो
अडीअडचणीला मदत करतो.
माणसाच्या वेळेला माणूस होईना तर कोण होणार?
हजारो वर्षे अस्पृश्य होता
अजून थोडे सबुरीने घ्या
येत्या शंभरएक वर्षांत सगळेच बदलेल
आपला पुनर्जन्मावर विश्वास आहे
गांधीजी भंगी म्हणून जन्मतील
आम्हीही हरिजन म्हणून जन्मू
पुढल्या जन्मी
तुम्ही आमच्या जन्मात याल
याजन्मी तुम्ही तक्रार करू नका
पुढल्या जन्मी आम्ही करणार नाही.

□□□

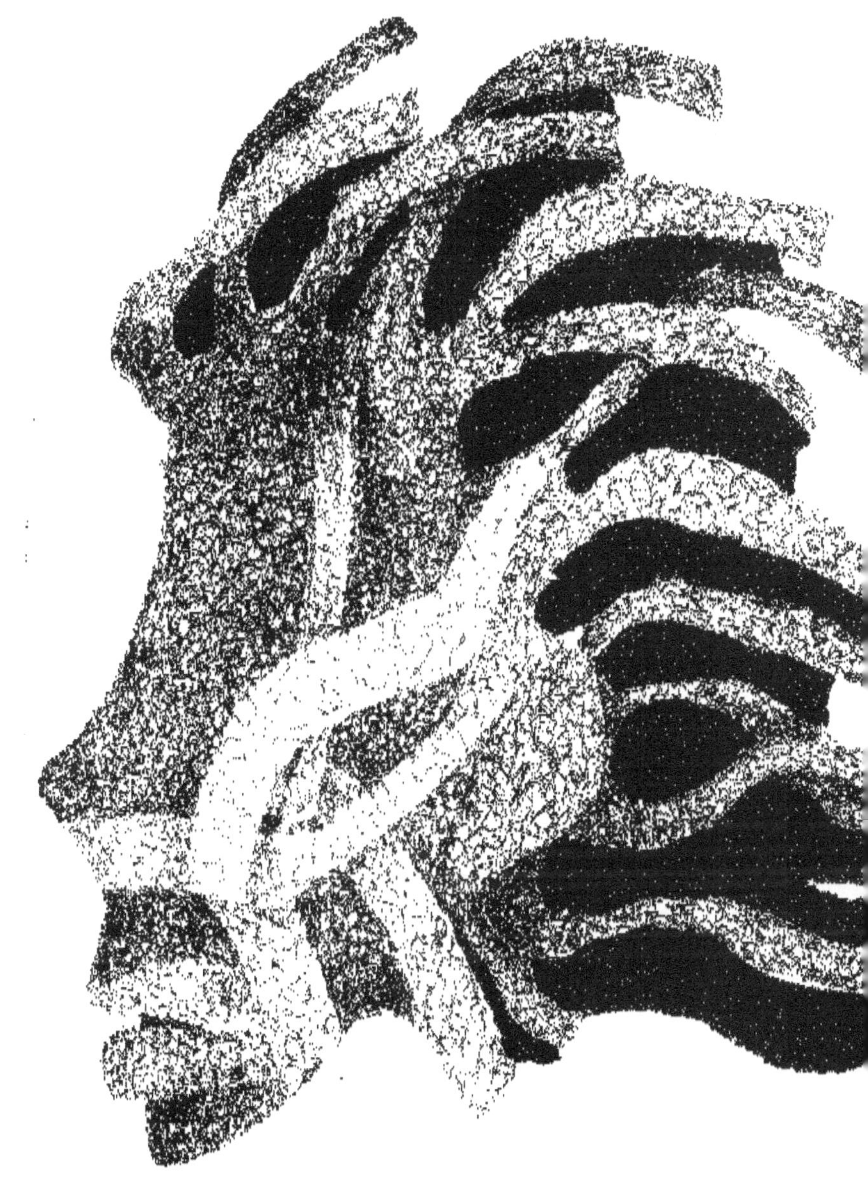

गुन्हेगार

माझ्या घराला वाट येतसे
चोरीचा मार्ग काढत
आणि माझे घर गाढवाच्या गांडीवर लादून
मी फिरत असतो गावोगाव
पोटापाण्याचा मार्ग काढत
पालापालातून स्वत:ला मांडताना
चुलीला तीन दगडही मिळत नाहीत.
मुक्या गाढवागत मुकं दु:ख
माणसापेक्षा गाढवाचा अधिक हातभार
आणि पोलिसांचा मार
गुन्हेगार म्हणून रोजची हजेरी
गुन्हा - तुरुंग - गुन्हा
हा मऱ्याईचा फेरा सरकारची हाग-वक
घर नाही, गाव नाही
पायाखालची जमीन आपली नाही
माझ्या आईच्या पोटी
जन्म घेणे हा गुन्हा
ही माझी आई कशी
हा माझा बाप कसा
हा माझा देश कसा
मी जन्मत:च गुन्हेगार कसा?

□□□

प्रचंड महापुरासारखा वाहत चाललोय
असंख्य चक्रीवादळं ओठांत घेऊन
माझ्या उच्छ्वासाने पेटताहेत गुलाबांच्या बागा
आणि नजरेनं उद्ध्वस्त होत आहेत भुईकोट किल्ले
माझ्या पाऊलखुणा नष्ट करत इतिहासातील
तमाम भयावह गदारोळात मी उभाय अजस्र
माझ्या अक्राळविक्राळ आरोळ्यांनी
भूकंपागत हादरे बसताहेत धरणीला
ताजमहाल बांधताना कष्टलेल्या
माझ्या प्रियेच्या आठवणी
वादळी ढगासारख्या सरकत आहेत मन:पटलावरून
मी त्या प्रिय आठवणींच्या वहीत
खूण म्हणून चंद्राला ठेवतो
आणि तिच्या वेणीत केवडा म्हणून
सूर्याला खोवतो.

❑❑❑

देशद्रोही

मी
राष्ट्रीय प्रवाहात एक होताना
हे खड्यासारखे बाजूला काढतात
राष्ट्र नावाची रांड त्यांनीच ठेवावी
आणि आम्ही मात्र भडवेगिरी करावी
इथंच जगायचंय ना?
त्यांचा भ्रष्टाचारसुद्धा देशभक्ती असते
आणि आमचा प्रत्येक शब्द देशद्रोही ठरतो
आम्ही कुणीच का लागत नाही या देशाचे
मागून पुढून
आम्हाला आनंद होत नाही का
आमचा राष्ट्रध्वज उंच फडकताना पाहून
मग?
राष्ट्र तुमचेही आहे आमचेही
हे नाकारता का तुम्ही?
पिण्याचे पाणीदेखील भरू देत नाही तुम्ही
समान हक्काने तुमच्याबरोबर
मग तुमच्याबरोबर संसार कसा करू द्याल?
तुमच्याबरोबर राज्यकारभार कसा करू द्याल?

❏❏❏

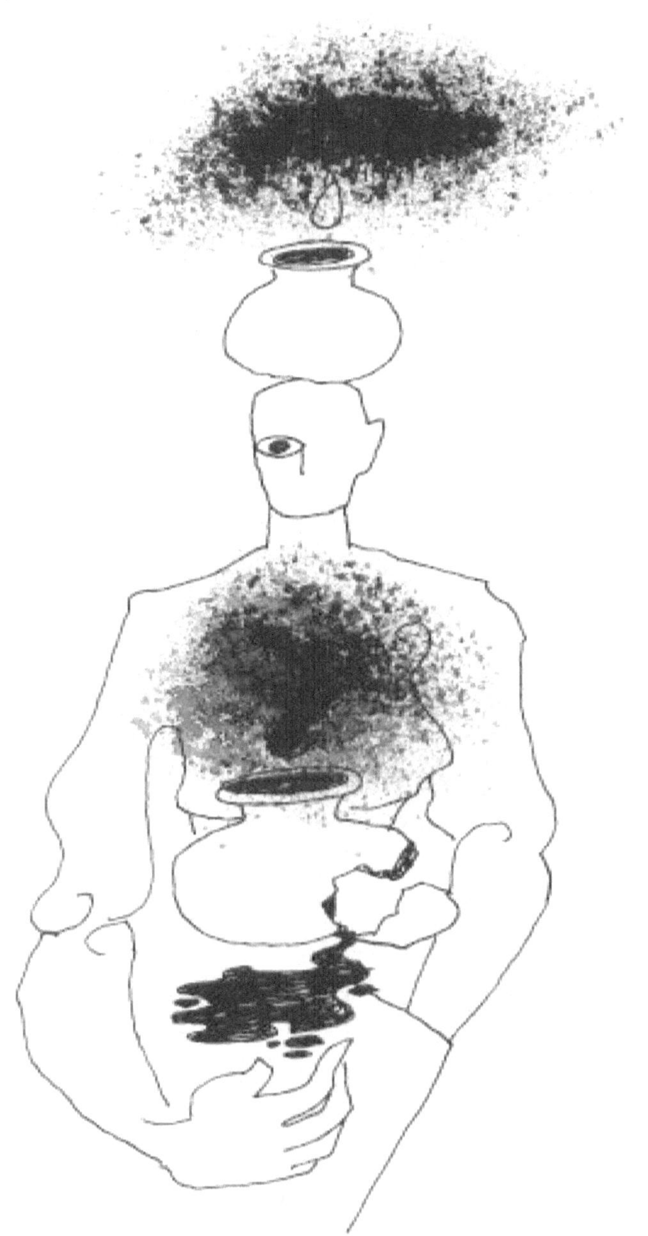

या हल्लेखोरांनो

किती आंदोलनं होती माझ्याविरुद्ध!
किती अपमानानं बोलती माझ्याविरुद्ध!
मी म्हणजे झाडपाला कुणीही करावा हल्ला
एकीकडे वाढत जाणारी स्वाभिमानाची जाणीव
आणि दुसरीकडे वाढत जाणारे अत्याचार
हा अत्याचार, हा स्वाभिमान
मला जगूच देत नाहीत माणूस म्हणून.
कधी सूड, कधी गुलामी
या अवस्था
वेढताहेत मला नागाच्या विळख्यागत
मला इथल्या प्रत्येक तरुणाबद्दल
किती भीती वाटतेय
हे कधीही हल्ला करतील
आणि माझी वस्ती बेचिराख करतील
हा अन्याय पाहून न पाहिल्यासारखे
करणारी ही सत्ता
कुठे आहे भाडखाऊ कर्ता करविता
माझा सर्वांवरील विश्वास उडत आहे
माझे मरण सज्ज झाले आहे प्रत्येक हल्ल्यापुढे
या हल्लेखोरांनो
ही वस्ती वाट पाहत आहे तुमच्या क्रूर छळांची
कधी नाही इतकी एकजूट होऊन
प्रत्येक झोपडी उभी आहे प्रतिकारासाठी.

❏❏❏

परंपरा

माझ्या वाडवडिलांनी कसा विश्वास ठेवला
या खुळचट पुराण-पोथ्यांवर
का कधीच केली नाही बंडखोरी
या हराम परंपरेविरुद्ध
चाबकाने लिहिलेत उद्धट हुकूम
आमच्या पाठीवर गुलामीचे
आम्ही कसे सहन केले हे सर्व
जीव मुठीत घेऊन रानभर झालेल्या वस्त्या
घामाने थबथबलेला हा माळ
अश्रूंनी गहिवरलेली ही झाडी.
हे आभाळ फाटतच जाणारेय ठिगळ लावावं तिथवर
तुमच्या माझ्यात आहेच काय फरक,
भीषण दारिद्र्याशिवाय?
ही अस्पृश्यता कुणी निर्माण केली?
ही जातीयता कुणी निर्माण केली?
या दंगली कुणी केल्या?
या देशाचे तुकडे व्हावे असं तत्त्वज्ञान कुणी निर्माण केलं?
देशातच या देशाचे शत्रू कुणी निर्माण केले?
माझ्या वाडवडिलांनी कसा विश्वास ठेवला
या खुळचट पुराण-पोथ्यांवर?
का कधीच केली नाही बंडखोरी
या हराम परंपरेविरुद्ध?

□□□

शिलालेख

ही कविता एका बॉम्बस्फोटाचे सत्र आहे,
ही कविता खुनी आहे.
या शेतांच्या बांधांना
या तुरुंगांच्या भिंतींना
या चैनमहालातील खिडक्यांना
माहीत नाही का माझ्या शब्दातील संतप्त सौंदर्य?
ही वादळं माझ्या उद्धट उच्छ्वासानंच उठतात.
माझ्या हुंकारातूनच प्रलय वर्धमान होतो गळ्यागळ्यात
शोषितांच्या
माझ्या दणकट मनगटातून या देशाचा नवा चेहरा घडतो
आहे
माझ्या शब्दाशब्दांतून सज्ज होतो आहे एक नवा इतिहास
या शब्दांत एक चिरडलेलं दुःख आहे
या अक्षरांत एक भंगलेलं सुख आहे
अर्थ पसरतो शब्दांवर कोडासारखा
शब्द पसरतात अक्षरांतून लोड केलेल्या बंदुका होऊन
माझ्या अवतीभोवतीचा धुमसता असंतोष
मलाच पेटवतो आहे लेखणीतून संदर्भ म्हणून उद्याचा
माझ्या पायात जळते वाळू
आभाळ लागते डोळे गाळू
मी एका अजस्र भयाने ग्रासलो तरी
निर्ढावलेल्या बेदरकारीने उद्याबद्दल बोलतो आहे
उद्या मी असेन- नसेन
पण उद्याच्या स्वागतासाठी माझी शब्दफुले
माझा शिलालेख म्हणून ठेवून जात आहे.

❑❑❑

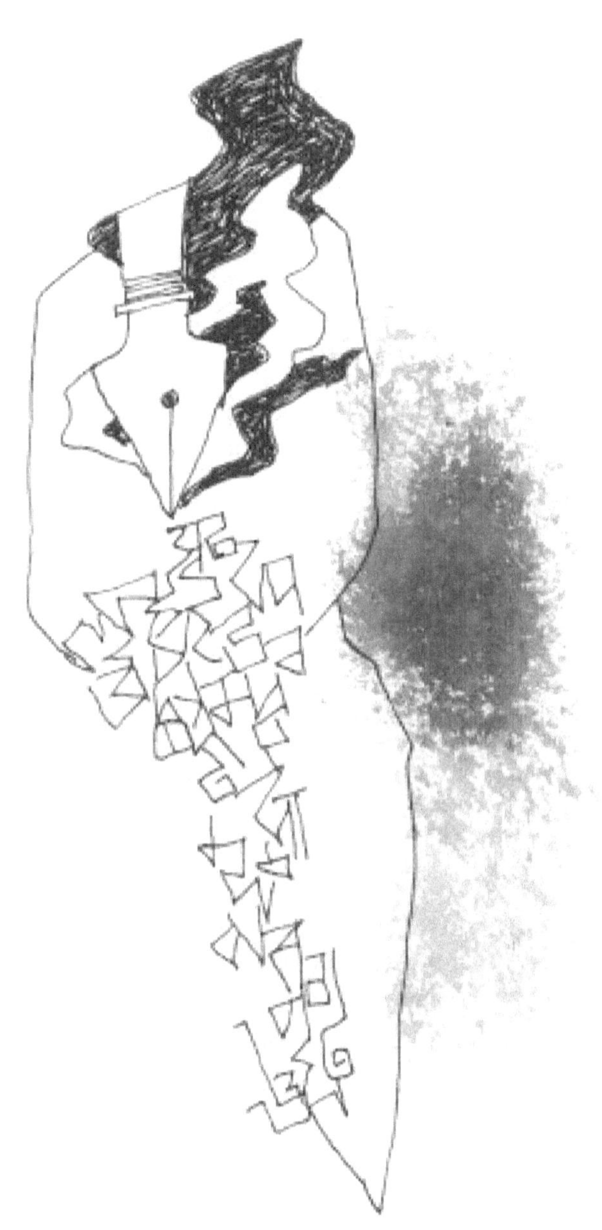

मी आणि माझे शब्द

भीषण संघर्षातून मी पुढे येतो
लक्ष लक्ष संगिनींच्या आक्रमक वाटचालीसारखा
मी वसत जातो रक्तभर
मी शब्दांना खिसे कसे कापावे शिकवितो
मी शब्दांना गळे कसे कापावे शिकवतो
मी शब्दांना चोच्या करून भूमिगत कसे व्हावे शिकवतो
मी शब्दांना टॉर्चर करतो, उलटे टांगून डागण्या देतो
मी शब्दांना बुटाने मारतो, त्यांच्या तोंडात मुततो
तरीही हे शब्द,
माझ्यापुढे उभेत सभ्य वेषातील नीच पुढाऱ्यासारखे
मी शब्दांना पुरी-भाजी चारतो, बिर्याणी चारतो
मी शब्दांचे लाड करतो
आणि निघतो शब्द घेऊन कार्यकर्त्यांसारखे सोबत
मी आणि शब्द
कचेरीतून टेबलाटेबलांना दम देत फिरतो
टेबलं वाकून नमस्कार करतात
खुर्च्या-टेबलं-फाईलमधून ह्या देशाचा विकास होतो
भ्रष्टाचारातून तमाम योजना सुजलाम् सुफलाम् होतात
मी आणि माझे शब्द
रोजगार हमीच्या कामावरील कारकुनासारखे,
मस्टर भरत फिरत असतो बोगस नावाचे
ही बोगस नावे कोणाची
या देशातील तमाम मंत्र्यांची.

□□□

माझ्या मनातील ही प्रचंड अस्वस्थता
अटलांटिक महासागर
आणि मी एक हिमनग
अरे! तुम्ही कळवा माझे आगमन क्रांतीला
इथली प्रत्येक माता उत्सुक आहे मला जन्म द्यायला
हे हादरे कुण्या भूकंपाच्या स्फोटाचे नाहीत
हा हुंकार आहे मातीचा,
तप्त हुंदके आवरा आता
उठा युगांनो! माझ्यासोबत चला
कुणाला इथे पोलिसांच्या मदतीची गरज आहे?
आम्हाला शस्त्रं हवीत
आम्हाला शस्त्रं द्या
आमच्या मागण्यांनी हे सदन लष्करबंद झालेय
अरे, आम्ही आहोत खरा आमचा देश
आम्ही सरकार, आम्ही कायदे, आम्ही घटना
जनता म्हणतात ती आम्ही
स्वातंत्र्य म्हणतात ते आम्ही
लाठीहल्ला, गोळीबाराच्या भयानं पळणारे आम्ही
आता पाय रोवून उभे आहोत
आम्हाला शस्त्रं द्या,
या उन्मत सत्तेविरुद्ध लढण्यासाठी.

❏❏❏

परवडतो का पहा

मी आहे असा, तुम्हाला परवडतो का पाहा?
तुम्ही जे अन्न खाता तेच मी खातो
तुम्ही जे पाणी पिता तेच मी पितो
तुम्ही जी हवा घेता तीच मी घेतो
तुमच्या शरीरात जे रक्त आहे तेच माझ्यात आहे
तरीही मी अस्पृश्य हा तुमचा दावा. मी आहे असा...
जरूर मी जातीयवादी आहे. तुम्ही नाही का जातीयवादी?
या देशाचा मी अभिमानी, तुमच्याइतकाच मी स्वाभिमानी
तुम्हीही आईच्या पोटी जन्मला आणि मीही
मी तुम्हाला मालक म्हणावे, बांधव म्हणावे
आणि तुम्ही करावा माझा नेहमीच मत्सर, हेवा.
मी आहे असा...
तुम्ही, वाघोबा म्हटलं तरी खाणारच,
वाघ्या म्हटलं तरी खाणारच
'हिंदू हिंदू बंधू बंधू' आमच्या वस्त्या जाळणारच
अवघे विश्वची माझे घर म्हणून मला गावाबाहेर ठेवणारच
तुमचे वागणेच असे की तुमच्याविषयी
माझ्यात द्वेष पोसावा. मी आहे असा...
या बहिष्कृत वस्त्यांतून पाहा या देशाचा चेहरा
किती विकृत-विकलांग ही संस्कृती
देशाचा औद्योगिक विकास, नव्या इमारती, नवे रस्ते
पण जुनीच माणसं, जुनीच मनं,
जुनाच जातीवादी कावा, मी आहे असा...
मी तुमचा मुख्यमंत्री म्हणून, मी तुमचा जावई म्हणून
मी तुमचा मुलगा म्हणून, मी तुमचा मालक म्हणून
ब्रह्मदेवाकडून हा सल्ला विचारून घ्यायला हवा.
मी आहे असा, तुम्हाला परवडतो का पाहा!

आक्रोश

हे हात मला माझे वाटत नाहीत
हा आवाज मला माझा वाटत नाही
कुणी डकवलेत हे अवयव मला
माझ्या मनाविरुद्ध?
हे हात कुत्र्याच्या शेपटीसारखे
हे आवाज पढवलेल्या पोपटासारखे
का माझेच म्हणून सांगताहेत राजरोसपणे?
मी धर्मांतर केलं
हरिजनाचा नवबौद्ध झालो
मी लोकशाही मान्य केली
'भारतमाता की जय' म्हटलं
सारे भारतीय माझे बांधव मानले
तरीही माझे पाचाचे पन्नास झाले नाहीत,
की वेल मांडवाला गेली नाही
माझ्या घरापेक्षाही मजबूत असलेल्या सार्वजनिक मुताच्या
मला उद्याबद्दल काय सांगताहेत?
हे हात मला माझे वाटत नाहीत
हा आवाज मला माझा वाटत नाही
चौकाचौकातून येणारे प्रचंड जमाव
माझ्या आवाजात मिसळले आहेत
आणि मीही जमावाचा झालोय
माझे हात, माझा आवाज एक जमाव
आक्रोश करीत निघालेला
हजारोंच्या संख्येनं
नव्या व्यवस्थेच्या जन्मासारखा.

❑❑❑

आई

आई, तुझे अश्रू
मला शोषणाचा अर्थ सांगताहेत
आणि माझ्या रक्तात अणूगत पेटताहेत.
आई, तुझे अश्रू
इतके विध्वंसक कसे?
आई, तुझे अश्रू
म्हणजे एकेक पृथ्वी
आई, तुझे अश्रू
मी ओंजळीत घेतो
आणि माझ्या ओंजळीत
सूर्य उगवतो
'आईऽऽ'
म्हणून मी हाक मारतो
तेव्हा तमाम युद्धभूमी वरील सैनिक
शस्त्रे खाली ठेवून माझ्याकडे येतात
त्यांची आई, माझी आई
एकच असते
आम्हाला आई कोठेच दिसत नाही
दिसतात अश्रूच सर्वत्र
आईचे,
दारूगोळ्याने व्याकूळ झालेले.

□□□

बेकारी

या तुडुंब गर्दीत
मी किती एकटा एकटा!
एकट्यानेच किती द्यावी टक्कर
हे साक्षी-पुराव्यालाही उभे राहत नाहीत
या कोर्टाच्या तारखा
म्हणजे आयुष्याला लागलेल्या वाळवी
रिकाम्या पासबुकासारखा प्रत्येक दिवस
कसा खर्चावा कोठे?
हे वाढतच जाणारं कर्ज कधी फिटत नाही
निराधार आंधळे पांगळे वृद्ध बरे
त्यांना अनुदान तरी मिळतं.
माझं काय?
ही बेकारी, हे कर्ज, खाणारी दहा तोंडं
संसदे!
मला विकत घे एक कपभर चहासाठी
मी मत देईन तुला राज्य करण्यासाठी.

□□□

या फुलझाडांना फुलांऐवजी
शस्त्रे कशी लगडतात आजकाल?
या बागेचं शस्त्रागार करत आहेत.
कुठल्या वृक्षाच्या आडोशाला विसावा मागावा?
कुण्या फुलांचा गजरा प्रियेसाठी माळावा?
काल इथं मुलांचा खेळ चालला होता
आज घोडेस्वार दौडत आहेत इशारा देत
माळी म्हणतो, गुलाबफुलात स्फोट झाला
मला कळत नाही, काय म्हणावे याला.
मी म्हणालो,
'माळीदादा, हा गुलाब कुठे होता?'
माळी उदास हसला
अन् म्हणाला,
''नेहरूचाचांच्या कोटात होता.''
अलीकडे मला पुतळ्यांची भीती वाटतेय
परवाच एका पुतळ्याने
बॉम्ब पेरले होते या शहरात,
तेव्हापासून फुलझाडांना फुलांऐवजी
शस्त्रे लगडू लागलली दिसतात, आजकाल.

❑❑❑

अश्वमेध

जन्मलोय मनुस्मृतीच्या राखेतून
वाढलोय वेदांच्या वधावळीतून
पेटलोय पुराणांच्या पाना-पानांतून
योनींवर योनी- चौऱ्याऐंशी लक्ष योनी
त्यावर पाप-पुण्याची मुक्ती उभी
माड्यावर माड्या - शंभर माड्या
हाताला येईना बोंबल भाड्या
अशी वंशावळ तुमची
शिंदी पिना मड्डी, गोष खाना हड्डी
रांड करना बुड्डी-असा दारुड्याही
शतपटीनं श्रेष्ठ तुमच्या धर्मगुरूपेक्षा
तुम्ही गीता सांगितली- ती ऐकलीच नाही
तुम्ही यज्ञ केले - ते पाहिलेच नाही
अन्यथा अडविला असता अश्वमेध अश्व
गावकुसाबाहेरच आम्ही
आणि जुंपला असता टांग्याला
दररोजच्या पोटासाठी.

□□□

साहित्य का म्हणता या शब्दांना?
ही तर जळणारी माणसं आहेत!
चहूबाजूंनी पेटलेल्या झोपडीत -
होरपळणारी किंकाळीऽ
चार बदमाषांच्या तावडीत -
गुदमरणारा आक्रोशऽ
गुंडांच्या हल्ल्यात हरवलेला
करुण हंबरडाऽ
ओंजळभर पाण्यासाठी -
व्याकूळ टाहोऽ
सांगा सांगा गंधर्वांनो,
हे कुठल्या पट्टीचे सूर आहेत?
ही तर जळणारी माणसं आहेत
माणसाच्या डोळ्यांनी पहा माणसं
दिसतील करपणारी कोवळी कणसं
तुम्हाला साहित्य हवे आहे तर -
ज्ञानेश्वर - कालिदास लखलाभ असोत,
ही तर उजाडलेली गावकुसं आहेत.
पानगळ सुरू आहे
नवी पानं येतील नवे वेद घेऊन
साहित्य का म्हणता या शब्दांना?
ही तर जळणारी माणसं आहेत.

□□□

येसू

तिसऱ्या प्रहरी आजा यायचा
खांद्यावर शिडी हातात रॉकेलचा डबा
चौकातील खांबाला शिडी लावून
चढायाचा वर
गळ्यातील रुमालाने
काजळलेली काच पुसायचा
दिव्यात तेल ओतायचा
सारी वस्ती जमायाची तिथं.
आजा तेल वाटायाचा साऱ्यांना
दिवेलागणीला यायचा परत
उजळीत काळोखाचे रस्ते
सारी वस्ती प्रकाशायची
आजा,
आज गेलाय अंगात आग घेऊन
पेटलाय धडधडा शिडीवर
कोसळतोय स्कायलॅबगत धरणीवर
तेव्हा आजी ओवी गात होती
दोघे जायचे आषाढी-कार्तिकी
आजा, पेटायचा नव्हतास तू गावात
तिथं कुठला पांडुरंग शिवेल बा तुला?
पारावर पेटला असतास तर -
जमली असती सारीच वस्ती
अन् त्यांनी पाहिला असता
पेटलेल्या माणसाचा पेटलेला प्रकाश

सारेच पेटले असते
'बा! तू त्यांच्या वाटेवर दिवे लावलेस
पण त्यांनी तुझी वाट अंधारीच ठेवली रे!'

☐☐☐

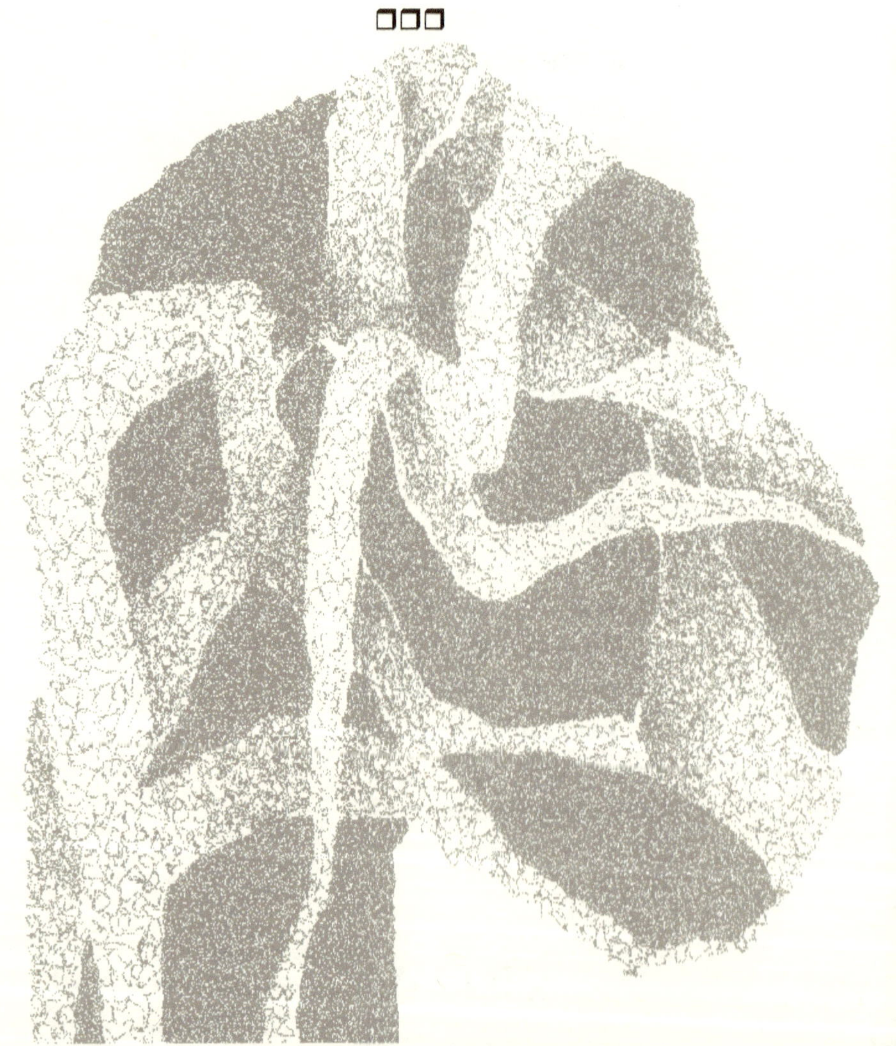

मी

प्रत्येक पहाटेला
रस्ता झाडणाऱ्या खराट्याची धून
माझ्या साखरझोपेत पेरीत असते
माझे अनेक खून.
मुसक्या बांधलेला एक माणूस
गुवाची बादली घेऊन जात असताना
त्याच्या खांद्यावर -
कुण्या मूलभूत हक्काचे ओझे असते?
मी रक्तबंबाळ,
सोलीव जनावरांच्या धडासारखा.

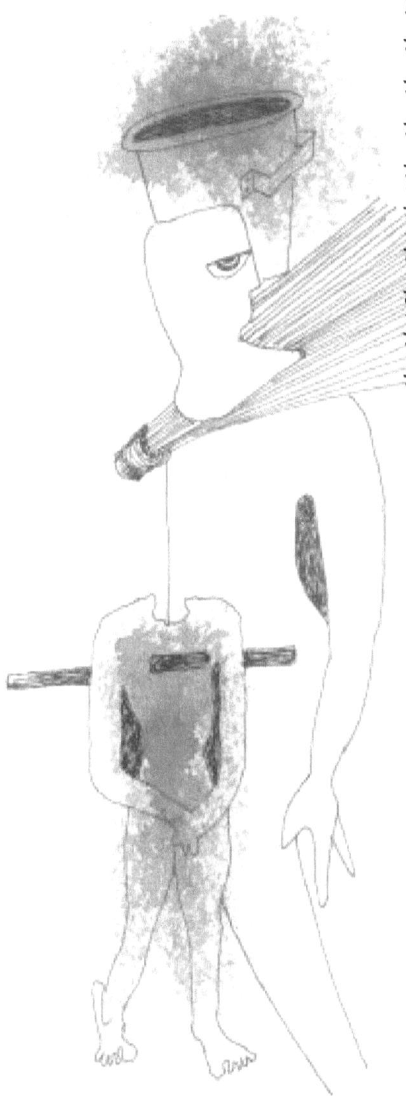

कुणी दिलेली जुनी साडी ही
किती खुलून दिसते तुला!
मागून आणलेला ब्लाऊज
शोभून दिसतो रानफुला
काळ्या ढगाने गडगडावे
तसे तुझे हसणे
वळिवाच्या पावसाने झोडपावे
तसे तुझे वागणे
वाडे झाडून घरी परतताना
मालकिणीनं वाढलेलं मुसरं
बोलावून देतेस मला
तेवढंच मूठभर खाऊन
नळाचं पाणी पोटभर पिऊन
तुझ्यासंगे येताना
हा चौक माझा बाप बनतो
तर फूटपाथ माय.
खऱ्या माणसांपरीस
यांनीच प्रेम केलंय आपल्यावर
जिवापल्याड.

□□□

कुरुक्षेत्र

बंकटशेठजीची माय मेली त्या साली
तू जल्मलास पोरा
तुझा बाप बी मेल्ता त्याच वर्षी
केवड्याच्या बनात नाग चावून
त्यो झाडं तोडायाचा, लाकडं इकायाचा
या साऱ्या रस्त्यांना माहीत हाय
त्येचा भुकेकंगाल आवाज
पोरा, तेल मिळालं न्हैं महिना महिना
तुझ्या टाळूला
मायीची माती केल्ती शेठजीनं
पैसं उधळून
त्यातलेच मिळाल्ते चार आणे
रस्ता झाडताना
तितकुच तेल घातल्तं तुझ्या टाळूला
टक्कल पडल्तं तुझ्या बाच्या डोईवर
लाकडाची ओझी वाहू-वाहून
आता हाताला आलायास तू
त्या कोपऱ्यात कुऱ्हाड हाय तुझ्या बाची
तेवढीच ठिवून गेलाय मागं
झाडं बी वाट बघत असत्याल तुझी
जा पर पैलं त्ये सलणारं
केवड्याचं बन तोडून टाक
तिथंच मेलाय तुझा बाप
माझ्या गजऱ्यासाठी केवड्याचं कणीस
आणाय जाऊन

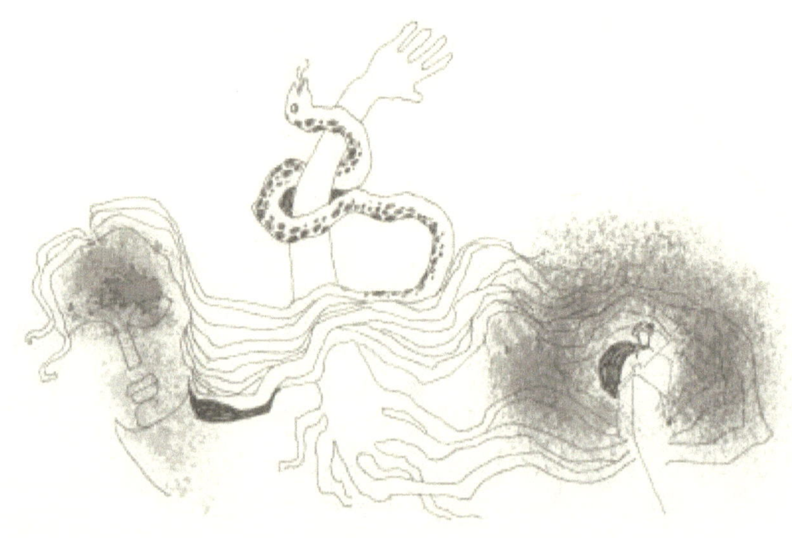

येना-जानारी म्हनत्येत
तुझा बा कुन्हाड मागतुया म्हन त्येना
आर ऐक, वारं सुटील! ईज पडील
पावसात भीज, पर बनाकडं जाऊ नगं
तू बी मरशील तुझ्या बापामागं
मग या कुन्हाडीचा लाडका
घालील कोन जल्माला?
रडील कधी कधी ती इधवा रुचिक
तुझ्या आठवणीची लागल्यावर उचिक
भेटला तर त्यो सांग -
द्रौपदीनं केस अजून बांधलेच न्हैत

□□□

उत्पात

उकळतं डांबर अन् खडी टाकून
सूर्यावरून रोड-रोलर फिरवावा
त्या किट्ट काळोखात -
धरणीकंप व्हावा.
महारवाडे, मांगवाडे, ब्राह्मणवाडे....
सारे गाडून जावेत जमिनीत
अन् उगवावेत परत नव्या ठिकाणी
जुनी व्यवस्था बदलून
एकमेकांत मिळून मिसळून
त्या किट्ट काळोखात -
कोणाचाही वर्ग-वर्ण कळो नये
कोणी कोणाला ओळखू नये
फक्त माणसंच,
माणसं म्हणून गळ्याला पडावीत.

असा निसर्ग उत्पात व्हावा -
की बाभळीला गुलाबाची फुले यावीत
धोतऱ्याला गंध यावा केवड्याचा
रक्ताला पाण्याचा रंग यावा
अन् पाण्याला रक्ताचा.
शब्दा-शब्दाच्या व्याख्या बदलाव्यात
अक्षरा-अक्षरांचे अर्थ बदलावेत
सारा निसर्ग-माणसं-पंथ
धर्म-परंपरा आणि ग्रंथ
समूळ बदलून जावेत.

उकळतं डांबर अन् खडी टाकून
सूर्यावरून रोड-रोलर फिरवावा
त्या किट्ट काळोखात -
मंदिरं दिसो नयेत
धर्मग्रंथांची अक्षरे दिसो नयेत
माणसाचा लखख प्रकाश पडावा
अन् माणसंच,
माणसं म्हणून गळ्याला पडावीत.

□□□

एका नि:संग रात्री
आम्ही एक होताना, ती म्हणाली-
'तू मांगासारखा दिसत नाहीस
तुझं चालणं-बोलणं-वागणंदेखील!'
रात्र आम्हा दोघांत मावळली.
सकाळी सूर्याच्या साक्षीने
तिने वरून पाणी वाढले
अस्पृश्य स्पर्श नको म्हणून.

वेश्यादेखील बसताना विचारते
'कोणत्या जातीचा रे तू?'
मी म्हणतो तिलाच -
'ओळख बघू तू!'
ती खुशीत येऊन म्हणते
'मराठा असशील'
माझा होकार कासावीस,
ती कासावीस
मला कवेत घेत ती म्हणते -
'बरं झालं, भोणगीला मराठा मिळाला.'

माझी -
जात चोरून ठेवलेली रखेली
जात कळाल्यावर जातभाईबरोबर पळते
मी हवालदिल
पराभूत सैन्यासारखा.

माझे पौरुष ऑसिड ऑसिड
भोगू इच्छिते इथल्या हरेक मादीला
जिने नाकारले मला
शूद्र म्हणून.

ते रेड्यांना गीता शिकवतात
आम्ही माणसांना माणुसकी मागतो
ते गाढवांना गंगा पाजतात
मुंग्यांना साखर घालतात
दगडा-धोंड्यांची पूजा करतात
वड-पिंपळ-तुळशीची पूजा करतात
त्यांच्या मंदिरात कुत्रे-मांजरे जातात
पाणवठ्यावर पशूही पाणी पितात
अरे ते गोमूत्र पवित्र मानतात
पण त्यांना माणसाचाच का विटाळ व्हावा?

पराभूत परमेश्वर दरबारासह
आंदोलनाच्या मार्गवर,
फुले उधळतोय सोडावॉटरच्या बाटलीगत
मी फिरतोय जळालेल्या शहरातून
इथे बुद्धाचा खून झाला नाही
की शंकराचार्यांचा
मेलेले असतो तुम्ही-आम्हीच
रडत असते अंगाई गाणारी आई
आपल्या बाळाला कुशीत घेऊन
देवा, इथं जन्म का दिलास म्हणून!
□□□